வாங்க அறிவோம் ஜோதிடம்

ஜோதிடர்
யோகி ஜெயப்பிரகாஷ்

சத்யா

Title:
Vanga Arivom Jothidam
Jothidar Yogi Jayaprakash

ISBN: 978-93-92474-77-4
Title Code : Sathyaa - 061

நூல் தலைப்பு
வாங்க அறிவோம் ஜோதிடம்

நூல் ஆசிரியர்
ஜோதிடர் யோகி ஜெயப்பிரகாஷ்

முதற்பதிப்பு
டிசம்பர் 2023

விலை : ₹ 110

பக்கம் : 77

Printed in India

Published by

Sathyaa Enterprises
No.137, First Floor,
Choolaimedu,
Chennai - 600 094.
044 - 4507 4203

Email
sathyaabooks@gmail.com

முன்னுரை...

ஜோதிடம் எனும் இந்த வழிகாட்டி கலை என்னை இத்துறைக்கு தேர்ந்தெடுத்தமைக்கு நான் மகிழ்ச்சி பெறுகிறேன்.

இந்த நூலின் முதல் பகுதியில் அனைத்து ஜோதிட ஆர்வலர் களுக்கும் தேவையான ஜோதிடம் சார்ந்து உள்ள தகவல்களை ஜோதிடத்தை அறியும் விதமாக அளித்துள்ளேன். பின் விதியில் ஆரம்பமாகி விதியை வெல்வது என எனது புரிதலை பிரபஞ்சம் அளித்த கொடையால் விளக்கியுள்ளேன். நிச்சயம் கர்மா, பிறப்பு, ஜோதிடம் சார்ந்த ஒரு புரிதலை இப்புத்தகம் தரும் என எனக்கு நம்பிக்கை உள்ளது.

உடலும் உயிரும் தந்த நன்றிகள்!

தாய் தந்தைக்கு நன்றிகள்.

இந்த ஜோதிட துறைக்கு வர காரணமாகவும், இதன் மீது ஈடுபாடு ஏற்பட காரணமாகவும் இருந்த ஐயா, ஆதித்ய குருஜி அவர்களுக்கு நன்றி!

சித்த யோகியாய் இருந்த சிவதாசன் ரவி ஐயாவின் ஜோதிட ஞானத்தை தாங்கியபடி எனக்கு இதுதான் மேஷம், இவர் தான் சூரியன், சந்திரன் என குழந்தைக்கு சொல்வது போல் ஜோதிடத்தில்

அ அண்ணா... போட ஆரம்பித்து பலன் கூறும் வரை ஞான பிச்சை யிட்ட குருமார்கள்

கவிஞர் மரையேந்தி ஐயாவுக்கும்,

ஐயா ரிசிகேசவன் அவர்களுக்கும் என் மனமார்ந்த நன்றிகள்.

ஜோதிடத்தின் அடுத்தகட்ட பரிமாணத்தையும் எனக்கென ஜோதிட தனித்துவத்தை ஏற்படுத்தும் விதம் உயர் கல்வியை கொடையாய் தந்து அருளிய குருநாதர் திருப்பூர் GK ஐயா அவர்களுக்கு மனமார்ந்த நன்றிகள்.

எங்கோ ஒரு சேற்றின் மூலையில் உதித்த என்னையும் தூக்கி செந்தாமரையாய் உயர்த்தி பிடிக்கும் என்னையாண்டு கொண்ட இறைவன் "மக்கட்பேறு மஞ்சுநாதீஸ்வரர்" பெருமானுக்கும் எனது ஆன்ம நன்றிகள்.

சிவாய நம!!

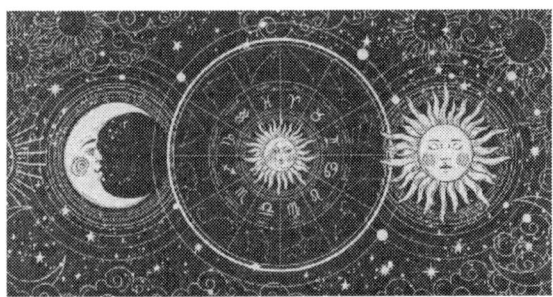

ஜோதிடம்

ஜோதிடம் என்பது "ஜோதிஷம்" எனும் சமஸ்கிருத மொழியின் வார்த்தையாகும். இதைத் தொடர்ந்தே இதன் திரிபாகா ஜோதிடம் என நாம் அழைக்கிறோம். ஜோதி+ஈஷம் = ஜோதிஷம் ஆகும். ஜோதி-ஒளி, ஈஷம்-இறை என்று பொருள்படும். ஆக ஜோதிடம் என்பது இறைத்துவம் மிகுந்த கலை என்பதை உறவுகள் உணரவேண்டும். ஆயிரக்கணக்கான விமர்சனங்களை தாண்டியும் இன்றளவும் கம்பீர மிடுக்குடன் அகிலம் முழுவதும் வெவ்வேறு வடிவத்தில் ஜோதிடம் நிலைபெற்றுதான் உள்ளது.

ஜோதிடத்தின் இணையான தமிழ் பதம் "இறை ஒளியியல்" என்கின்றனர் வல்லுனர்கள். இறைவன் அருளை துணைகொண்டு கண்களுக்குப் புலப்படாத ஐந்து புலன்களை கொண்டோ (அ) அளப்பறிய மனித அறிவின் ஆற்றலைக் கொண்டே உணரமுடியாத மனிதனின் எதிர்கால வாழ்க்கையை வெளிச்சமிட்டு காட்டும் இறைத்துவம் மிகுந்த கருவி ஜோதிடம். இக்கலையை குருவருள், திருவருள் துணையுடன் ஜோதிடர்கள் பெற்று, உலகின் எந்த சக்தியாலும் உட்புகுந்து பார்க்க

இயலா மனித கர்மாவை அந்த அடர்ந்த இருளில் உள்ள, மனிதனின் எதிர்கால சம்பவங்களை கணிக்கும் ஆற்றலை பெறுகின்றனர்.

சரியான குருவருளும் இறையருளும் ஒருசேர கிடைக்கப் பெற்றால் ஒவ்வொரு ஜோதிடரும் மகாபாரத அர்ஜுனனை போல் கலையில் உச்சம் தொடலாம்.

ஆம் உறவுகளே, குரு மற்றும் இறை பக்தி மனதில் மிகுந்து கலையின் மீது கொண்ட ஆர்வத்தால் இறைத்துவம் பொருந்திய காண்டீப வில் அவனுக்கு வழங்கப்பட்டது. அதைப்போன்றே கலையின் பேரன்பு கொண்டு நேசித்தால் காண்டீப வில் போன்ற பல சக்தி வாய்ந்த ஜோதிட நுணுக்கங்கள் ஜோதிடர்களுக்கு பிரபஞ்சம் கொடையாக வழங்கும். அதைக் கொண்டு அவர்கள் மேம்பட்டு விடலாம்.

உறவுகளே ஜோதிடத்தை யாரும் மாயாசாலம் என்று எண்ண வேண்டாம். அதை அர்ப்ப செயல்களுக்குப் பயன்படுத்துவதை விட தாங்கள் அனைவரும் வாழ்வின் நன்மை, தீமைக்கான காலகட்டங்களை உணர்ந்து சற்று எச்சரிக்கை உணர்வுடன் வாழ பயன்படுத்தினால் ஜோதிடம் தலைசிறந்த ஒரு வழிகாட்டியாக அமையும்.

ஜோதிடம் என்பதே ஒரு ஒப்பீட்டு கலை. ஆமாம் உறவுகளே, "வானத்து நிகழ்வுகளை புவியின் மாற்றங்களோடு ஒப்பிட்டுப் பார்க்கும் கலையே ஜோதிடம்" ஆகும். ஜோதிடத்தின் மூல அடிப்படை தத்துவமே இதைத்தான் குறிக்கும். வானத்தில் ஏதாவது ஒரு கிரக சலனம் எனும் மாற்றம் ஏற்பட்டால் அதற்கு நிகரான ஏதோ ஒரு எதிர்மாற்றம்/ விளைவு/நிகழ்வு பூமியின் உயிர்களிடம் ஏற்படுகிறது. இதனை ஆய்வுகள் அடிப்படையில் தொகுத்தே ஜோதிடம் தன்னை மேம்படுத்திக் கொள்கிறது.

உறவுகளே, ஜோதிடம் சார்ந்த அடிப்படை தகவல்களை நாம் இப்போது தெரிந்துகொள்ளலாம்.

ஜோதிடம் அறிமுகம்:

ஜோதிடம் இந்தியாவை பொருத்தமட்டிலும் 18 சித்தர்கள் மூலம் 18 சித்தாந்தங்களாக ஆரம்பத்தில் அறிமுகம் பெற்றது.

அவை: 1. சூர்ய சித்தாந்தம், 2. பிதாமக சித்தாந்தம், 3. வியாச

சித்தாந்தம், 4.வசிஷ்ட சித்தாந்தம், 5. அத்ரி சித்தாந்தம், 6. பராசர சித்தாந்தம், 7.காஷ்யப சித்தாந்தம், 8. நாரத சித்தாந்தம், 9. க்ரக சித்தாந்தம், 10.மரீசி சித்தாந்தம், 11. மனு சித்தாந்தம், 12. ஆங்கிரஸ சித்தாந்தம், 13. லோமச சித்தாந்தம், 14. பௌலிச சித்தாந்தம், 15.சியாவன சித்தாந்தம், 16. யவன சித்தாந்தம், 17. பிருகு சித்தாந்தம், 18. சௌனக சித்தாந்தம்.

இப்படி ஆரம்பம் பெற்ற ஜோதிட முறைகள் பிற்காலங்களின் வாழ்ந்த அறிஞர்களான பிருகு, பிருகஸ்பதி, கபிலர், பராசரர் மகரிஷி, வராக மிஹிரர், படோத்பவர், வைத்தியநாத தீட்சிதர்,காளிதாசர், மகாதேவர் எனும் இன்னும் பல அறிஞர்கள் தங்கள் முயற்சியால் இவற்றை செம்மைப்படுத்தி அந்தந்த காலத்திற்கு ஏற்றாற்போல அமைத்தனர்.

இவை அனைத்திலும் மேம்பட்டு இக்காலம் வரை அனைவராலும் பின்பற்றப்படும் வெற்றிகரமான முறைகளுள் மிகவும் முதன்மையானது "பராசர முறை". இந்தியா ஜோதிடத்தின் தந்தை என அழைக்கப்படுபவர் மகரிஷி பராசரர். இவரின் பெருமைமிகு படைப்பு "பிருஹத் பராசரர் ஹோரா சாஸ்த்ரா" எனும் நூல், ஜோதிட நூல்களின் தலைமகனாக அமைகின்றது.

இவரை அடுத்து இவரின் முதன்மை சீடர் ஜெய்மினி மகரிஷியின் தத்துவங்களும் பலரால் இன்றளவும் பின்பற்றப்படுகிறது.

இதனைத் தொடர்ந்து பல அறிஞர் பெருமக்கள் ஜோதிடத்தை மேம்படுத்தும் நோக்கத்துடன் பல கணிதம் சார்ந்த, ஆன்மீகம் சார்ந்த, தத்துவம் சார்ந்த புத்தகங்களை எழுதி தங்கள் பங்களிப்பை ஜோதிடத் துறையில் வழங்கியுள்ளனர்.

ஜோதிடத்தின் பிரிவுகள் :

ஜோதிடம் எனும் கடலாய் பரந்து விரிந்து கிடக்கும் காணக்கிடக்கும் இந்த சாஸ்திரம் அடிப்படையில் மூன்று பெரும் பிரிவுகளை உள்ளடக்கியது.

1. கணிதம், 2. ஹோரா, 3. சம்ஹிதா என்பதே இவை மூன்றும்.

கணிதப் பிரிவில் சித்தாந்தங்கள், தந்திரங்கள் மற்றும் கரணங்கள் போன்றவை உள்ளடங்கும். இவைகளைக் கொண்டு சிருஷ்டி (உலக

கணிதம்), யுகம், இஷ்ட சக ஆண்டுகள் போன்ற கணிதங்கள் உருவாக்கப் படுகிறது.

ஹோரா பிரிவு என்பது ஜாதகம் கொண்டு பலன் கூறும் முறையைக் குறிப்பிடும். இதில் மனிதன் பிறந்த கால நேர அடிப்படையான ஜாதகப் பலனைக் கூறுவதும், கேள்வி நேரத்தில் அமையும் கோட்சார கிரகப் பலனையும் கூறுதல் பற்றி விளக்கப்பட்டு உள்ளது.

சம்ஹிதா எனும் பிரிவு ஜாதகத்தைத் தாண்டி, முகூர்த்தம், வாஸ்து, ஆருடம், உலகியல் பலன் இவை பற்றி விவரிக்கிறது.

இக்காலத்திற்கு ஏற்றாற்போல் நாம் மிக எளிமையாக ஜோதிடத்தை 1. ஜாதகப் பலன் கூறல், 2. பிரசன்ன/ஆருட பலன் கூறல், 3.முகூர்த்தம், வாஸ்து பார்த்தல், 4.நிமித்தம் என வகைப்படுத்தலாம். இவை இல்லாமல் ஜோதிடர்களின் ஆய்வின் விளைவாக எண், பெயர், நிறம், கைரேகை என இன்னும் பல வடிவங்களும் ஜோதிட உலகில் உள்ளது.

பஞ்ச அங்கம் :

ஜாதகம் எனும் எதிர்கால பலனை கூறும் கிரகங்களின் நிலைப்பாட்டை எடுத்துரைக்கும் கணிதம் நமக்கு வேண்டுமாயின் அதற்கு பஞ்சாங்கம் என்று சொல்லக்கூடிய வான நிகழ்வுகளை, கிரக நகர்வுகளை நமக்கு கணிக்க உதவும் இப்புத்தகம் தேவை. இதன் துணை கொண்டே ஜாதகத்தில் கிரக நிலைகள் மற்றும் பல பலன் கூறத் தேவையான கணிதங்கள் அமைக்கப்படுகின்றனர். சுருக்கமாக சொல்லப்போனால், பஞ்சாங்கம் வானவியலையும் ஜோதிடத்தையும் இணைக்கும் ஒரு இணைப்புப் பாலம் என்பேன். இதைக் கொண்டு வானவெளியில் ஒரு கிரகம் எங்கே எந்த நிலையில் உள்ளது, கிரகணங்கள், பருவ மாற்றங்கள் இவற்றை அறியலாம்.

பஞ்சாங்கம் = பஞ்ச (5) + அங்கம் (உறுப்பு)

5 உறுப்புகளைக் கொண்டதால் இதற்கு பஞ்சாங்கம் என்று பெயர். அவை முறையே, 1. வாரம், 2.திதி, 3.நட்சத்திரம், 4.யோகம், 5.கரணம் ஆகும்.

இதில் உள்ள ஒவ்வொன்று மனித வாழ்வின் குணம், உடல்வாகு, பண்புகள் இவற்றை கட்டமைக்கும். ஒரு மனிதன் பிறக்கும் நேர அடிப்படையில் இந்த பஞ்சாங்க அடிப்படையில் வாரம், திதி, நட்சத்திரம், யோகம், கரணம் இவை அமையும். இந்த ஐந்தும் முழுக்க முழுக்க சூரியன் மற்றும் சந்திரன் எனும் இரு ஒளி கிரகங்களின் நகர்வின் அடிப்படையிலேயே அமைகின்றது. அவற்றை விரிவாக பார்க்கலாம்.

1. வாரம் :

வாரம் என்பது ஏழு நாட்களைத்தான் குறிக்கிறது. தமிழில் நாம் கால அளவை (7 நாட்கள்) வாரம் என்கிறோம். ஆனால், சமஸ்கிருத மொழியில் வாரம் என்றால் சுழற்சி முறையில் மீண்டும் வருதல் என பொருள். அதாவது 7 நாட்களும் மீண்டும் மீண்டும் வருவதை குறிக்கும். வாரம் என்றால் தமிழில் நாள்(அ) கிழமை என பொருள். அவை முறையே 1.ஞாயிறு, 2.திங்கள், 3. செவ்வாய், 4.புதன், 5.வியாழன், 6.வெள்ளி, 7.சனி ஆகும்.

திதி :

திதி எனும் வார்த்தைக்கு தூரம்(அ) இடைவெளி என பொருள். அதாவது சூரியனை துவக்கமாக கொண்டு சந்திரன் விலகி செல்லும் தூரம் (அல்லது) சூரிய-சந்திரன் இடையான இடைவெளி அளவு. அமாவாசை தினத்தன்று சூரியனும் சந்திரனும் ஒரே பாகையில் அமைவார்கள். அதாவது இணைந்து இருப்பார்கள் (ஜாதகக் கட்டத்தில்). பின் ஒவ்வொரு நாளும் சூரியனை விட்டு சந்திரன் நகர்ந்து செல்வார். அவ்வகையில் சரியாக ஒரு நாளைக்கு 12 பாகை நகர்வார். அதையே நாம் திதி என்கிறோம். ஆக ஒரு திதியின் அளவு 12டிகிரி (அ) 12 பாகை. மீண்டும் குறைந்து, குறைந்து மீண்டும் சூரியன் ஒரே பாகையில் வந்து சந்திரன் இணைந்து அமாவாசை உருவாகும்.

ஆக, அ்மாவாசை முதல் பௌர்ணமி 15 நாட்கள் 180டிகிரி நகர்வு - இதை வளர்பிறை என்று அழைப்பர்.

பௌர்ணமி முதல் அமாவாசை மீண்டும் 14 நாள் 180 டிகிரி நகர்ந்து சூரியனுடன் 0டிகிரியில் இணைந்து விடும். இதை தேய்பிறை என அழைப்பர்.

ஆக உறவுகளே, வளர்பிறை 15 நாள் மற்றும் தேய்பிறை 15 நாள் என மொத்தம் ஒரு மாதம் என்பது முப்பது திதிகள் கொண்டதாக அமையும்.

திதியின் பெயர்கள்: 1. பிரதமை, 2.துவிதியை, 3.திருதியை, 4. சதுர்த்தி, 5. பஞ்சமி, 6. சஷ்டி, 7. சப்தமி, 8.அஷ்டமி, 9.நவமி, 10. தசமி, 11. ஏகாதசி, 12. துவாதசி, 13. திரயோதசி, 14.சதுர்த்தசி, 15. பௌர்ணமி (அ) அமாவாசை.

ஜாதகத்தில் ராசி கட்டத்தைப் பார்த்தே ஒருவர் பிறந்தது வளர்பிறையா (அ) தேய்பிறையா என கூறலாம். எப்படியெனில் சூரியன் உள்ள ராசியிலிருந்து நேர் 7-ம் வீடு (வரை) சூரியன் நின்ற பாகைக்கும், சந்திரன் நின்றால் வளர்பிறை 7-ம் வீடு சூரியன் நின்ற பாகை முதல் சூரியன் நின்ற ராசிக்கு பின் வீடு வரை அமைந்தால் தேய்பிறை திதி யாகும்.

நட்சத்திரம் :

நட்சத்திரம் எனும் வார்த்தைக்கு ஆகாயத்தில் ஒரு குறிப்பிட்ட இடம் என பொருள். ஒரு குறிப்பிட்ட நேரத்தில் ஆகாயத்தில் சந்திரன் எந்த இடத்தில் உள்ளதோ அதுவே அந்த நாளின் நட்சத்திரம் எனப்படும். அந்த வகையில் வான மண்டலத்தை சித்தர்கள் 27 இடங்களாகப் பிரித்து அவற்றுக்கு 27 நட்சத்திரங்கள் எனும் பெயர் சூட்டினார். அவை : 1.அஸ்வினி, 2. பரணி, 3. கிருத்திகை, 4. ரோகிணி, 5. மிருகசீரிஷம், 6.திருவாதிரை, 7. புனர்பூசம், 8. பூசம், 9. ஆயில்யம், 10. மகம், 11. பூரம், 12. உத்திரம், 13.அஸ்தம், 14.சித்திரை, 15.சுவாதி, 16.விசாகம், 17. அனுஷம், 18.கேட்டை, 19.மூலம், 20. பூராடம், 21. உத்திராடம், 22.திருவோணம், 23. அவிட்டம், 24. சதயம், 25.பூரட்டாதி, 26. உத்திரட்டாதி, 27. ரேவதி.

இவையே வளி மண்டலத்தின் 27 நட்சத்திர கூட்டங்கள்.

யோகங்கள் :

யோகம் என்ற சொல்லுக்கு சேர்க்கை /இணைவு என பொருள். வானவெளியில் சூரியன் மற்றும் சந்திரன் பயணப்படும் தூரத்தை கூட்டி அமையும் கணித அடிப்படையில் இது கணக்கிடப்படுகிறது. இதற்கு "நித்திய நாம யோகங்கள்" என்று பெயர். யோகம் மொத்தம் 27 ஆகும். அவை : 1. விஷ்கம்பம், 2. ப்ரீதி, 3. ஆயுஸ்மான், 4. பாக்கியம், 5. சோபனம், 6. அதிகண்டம், 7. சுகர்மம், 8.திருதி, 9. சூலம், 10. கண்டம், 11.ருத்தி,

12.துருவம், 13. யாகாதம், 14. ஹர்ஷணம், 15. வஜ்ரம், 16. ஸித்தி, 17.வியாதிபாதம், 18. வரியான், 19. பரீகம், 20. சிவம், 21. ஸித்தம், 22.சாத்தியம், 23. சுபம், 24. சுப்பிரம், 25. பிரம்மம், 26. ஐந்திரம், 27.வைதிருதி

மனித குணம், முகூர்த்த நேரங்களில் கணிக்க பயன்படும்.

கரணங்கள் :

கரணம் எனும் சொல்லுக்கு பிரித்தல் என பொருள். அதாவது திதியை இரண்டாக பிரிப்பதால் இப்பெயர் பெற்றது. அதாவது திதியில் பாதி கரணம் ஆகும். இரு கரணங்கள் இணைந்தால் ஒரு திதி ஆகும். ஜோதிடத்தில் மொத்தம் 11 கரணங்கள் வழங்கப்பட்டு உள்ளது. அவை: 1. பவம், 2. பாலவம், 3 கௌலவம், 4. தைதுயை, 5. கர்சை, 6. வணிசை, 7.பத்திரை, 8. சகுனி, 9. சதூஷ்பாதம், 10. நாகவம், 11. கிம்ஸ்துக்னம்.

கரணத்தை சர கரணம், ஸ்திர கரணம் என பிரிப்பர். பவம், பாலவம், கௌலவம், தைதுலம், கரசை, சகுனி, சதுஷ்பாதம், நாகவம்,கிம்ஸ்துனம் ஆகிய நான்கும் ஸ்திர கரணம் ஆகும். இதில் சர கரணங்கள் மட்டுமே சுப நிகழ்வுகள் செய்ய உகந்தவை. கரணத்தை பிடித்தால் , காரியம் வெற்றி என்பர் பெரியவர்கள்.

முன்பு நாம் பார்த்த இந்த 5 உறுப்புகளே பஞ்சாங்கத்தில் முதன்மைப் பிரிவுகள். இது மட்டுமின்றி தினசரி கோள்களின் நகர்வு கொடுக்கப்படும் இதையே கோட்சாரம் என்கிறோம். கிரக பெயர்ச்சி விவரம், நகரங் களுக்கு தகுந்தவாறு சூரிய உதய (ம) அஸ்தமன நேரங்கள், முகூர்த்த நாள் (ம) நேரம், வாஸ்த்து குறிப்புகள், கௌரி பஞ்சாங்கம், தினசரி ஓரை, பஞ்ச பட்சி காலங்கள், கிரகங்களின் தசா - புத்தி அட்டவணைகள், பிறப்பு(ம) இறப்பு தீட்டு சார்ந்த குறிப்புகள், பல்லி விழும் பலன், ராகு காலம், குளிகை, எமகண்டகாலங்கள், முக்குண வேலை, அமிர்தாதி யோகம், நட்சத்திர பொருத்த குறிப்புகள் என இன்னும் பல தகவல்கள் பஞ்சாங்கத்தில் இருக்கும்.

அயண, ருது காலங்களும் குறிப்பிடப்படும்.

1. அயணம் :

சூரியனின் பயண திசையாகும். I. உத்தராயணம் - சூரியனின் வடக்கு

நோக்கிய பயணம் (தை முதல் ஆனி வரை)

II. *தக்சணாயானம் : சூரியனின் தெற்கு நோக்கிய பயணம் (ஆடி முதல் மார்கழி வரை)*

2. ருது :

பருவ காலங்களை குறிப்பிடும் தகவல். 6 பருவங்கள் நம்மிடம் உண்டு.

1. வசந்த ருது - சித்திரை, வைகாசி

2. கீரீஷ்ம ருது - ஆனி, ஆடி

3. வர்ஷ ருது - ஆவணி, புரட்டாசி

4. சரத் ருது - ஐப்பசி, கார்த்திகை

5.ஹேமந்த ருது - மார்கழி, தை

6. சிசிர ருது - மாசி, பங்குனி

இதுவும் சூரியன் நகர்வின் அடிப்படையில் அமையும் காலக் கணிதம்.

இந்த தமிழ் மாதங்களும் சூரிய நகர்வு அடிப்படையில் கணிக்கப்படு கிறது. சூரியன் ராசி சக்கரத்தில் 1 டிகிரி (ஒரு பாகை) கடக்க தோராயமாக 1 நாளும், ஒர ராசியைக் கடக்க 1 மாதமும்எடுத்துக் கொள்ளும். அதன் அடிப்படையில் தமிழ் மாதம் 12 ராசிக்கு ஏற்ப 12 மாதம் ஆகும். அவை : 1. சித்திரை, 2. வைகாசி, 3. ஆனி, 4. ஆடி, 5. ஆவணி, 6. புரட்டாசி, 7.ஐப்பசி, 8. கார்த்திகை, 9. மார்கழி, 10. தை, 11.மாசி, 12.பங்குனி.

ஜோதிடம் சார்ந்த அடிப்படை தகவல்கள்

ஜோதிடத்தின் மூலம் என்பது பாரம்பரிய வேத ஜோதிடம்தான். பல ஜோதிட முறைகள் நடப்பில் இருந்தாலும் அவற்றுக்கெல்லாம் தாய் வேத ஜோதிடம்.

இந்த வேத ஜோதிடம் ஜாதகத்தை முதன்மைக் கருவியாக கணக்கிட்டு பலன் கூறும் முறையாகும். ஒரு மனிதன் பிறக்கும் நாள், நேரம், மற்றும் பிறந்த இடத்தின் அடிப்படையில் ஒருவர்க்கு ஜாதகம் கட்டமிட்டு அவற்றுள் கிரகங்களை நிரப்பி பலன் கூறும் ஒரு முறையாகும்.

ஒரு மனிதனின் ஜாதகம் என்பது, வானில் ஒவ்வொரு நிமிடமும் கிரகங்களின் நிலையில் மாற்றம் பிரபஞ்சம் வாயிலாக நடைபெற்று கொண்டு உள்ளது. அப்படி நிகழும் போது ஒரு குறிப்பிட்ட நேரத்தில் பூமியில் ஒரு குழந்தை பிறக்கும்போது அந்த நிமிடத்தில் வானில் என்ன கிரக நிலைகள் உள்ளதோ அதுவே அந்த மனிதனின் பிறப்பு ஜாதகம் என்பர்.அந்த நேரத்தின் ஜாதகம் ஜோதிடர்கள் எழுதி நவகிரக நிலைகளின் அடிப்படையில் பலன் கூறும் முறையை பின்பற்றுகின்றனர். இதிலிருந்து நமக்கு என்ன தெரிகின்றது வானத்தில் கிரகங்களின் நிலையில் தொடர்ந்து நகர்வு/மாற்றம் நிகழ்ந்த வண்ணமே இருக்கும். ஆக வெவ்வேறு நேரத்தில் பிறக்கும் வெவ்வேறு மனிதர்களின் ஜாதகம் வெவ்வேறு கிரக நிலைகள் கொண்டதாக அமையும். ஆக மனிதனுக்கு மனிதன் ஜாதகம் மாறுபட்டு இருக்கும். ஜாதகம் கணிக்க நமக்கு தேவையான மூன்று முக்கிய காரணிகள்,

1. பிறந்த நாள் (Birth Date)
2. பிறந்த நேரம் (Birth Time)
3. பிறந்த இடம் (அட்ச/தீர்க்க ரேகை) (Birth Place)

தற்போது இது மிகவும் எளிமையாகிற்று. 25 ஆண்டுகளுக்கு முன்பு ஒரு குழந்தை பிறந்தால் அருகாமையில் இருக்கும் ஜோதிடர் பஞ்சாங்கம் மூலம் கணிதங்களை கையால் கணக்கிட் கைப்பட ஜாதக புத்தகம் எழுதுவார். ஆனால், தற்போது அப்படியில்லை. பிறப்பு நேரத்தை கணினி, தொலைபேசி இவற்றில் உள்ள ஜோதிட மென்பொருளில் உள்ளீடு செய்தாலே ஒரு நிமிடத்தில் ஜாதகம் தயாராகிவிடுகிறது.

ஒரு ஜாதகத்தில் என்னென்ன தகவல்கள் இருக்கும் என்பதை பார்க்கலாம். முதலில் எந்த ஜாதகத்தை நீங்கள் பார்த்தாலும் இறைவனின் நாமம் எழுதி பின் ஒரு பக்க அளவு தினசுத்தி படலம், ராசி மற்றும் அம்ச கட்டங்கள், கிரக பாதசாரங்கள், தசை-புத்தி காலங்கள் என 4 முக்கிய பாகங்கள் ஜாதகத்தில் இருக்கும்.

தினசுத்தி :

தினசுத்தி என்பது ஜாதகர் பிறந்த நாளினை பற்றிய முழு தகவலை உள்ளடக்கிய ஒரு பாகம். இதில் அன்றைய தமிழ் வருடம், மாதம், நாள், பஞ்சாங்க தகவலான வாரம், திதி, யோகம், நட்சத்திரம், கரணம், சூரிய

உதயம் மற்றும் அஸ்தமனம், அமிர்தாதி யோகம், பகல்/இரவு நேரம் எனப்படும் அகஸ், பிறப்பு நாள், நேரமே மற்றும் இடம் என இன்னும் சில தகவல்கள் உள்ளடங்கியதாக அமையும்.

ராசி கட்டம் :

தின சுத்தி படலத்தை அடுத்து ஜாதகத்தில் அமைவது ராசிகட்டம். இது சோடச வர்கம் எனும் வர்க்க சக்கிரங்களாக அமைக்கப்படும். ஆனால் பெரும்பாலும் நாம் ராசி மற்றும் நவாம்சம் எனும் அம்ச கட்டம் இவற்றை மட்டும் குறிப்பிட்டு எழுதுவது ஒரு வழக்கமாகும். அனைத்து கட்டங்களும் ஒரே மாதிரியாகத்தான் இருக்கும். இது வட இந்தியா (ம) பிற நாடுகளில் வட்ட வடிவம், கூம்பு வடிவம் போன்றெல்லாம் ஜாதக கட்டம் அமைப்பர். நம் தென்னிந்தியா குறிப்பாக தமிழகத்தில் எளிய சதுர முறையில் கட்டம் அமைக்கும் வழக்குதான் உண்டு. ராசி கட்டம் என்பது 12 பகுதிகளாக பிரிக்கப்படுகிறது. உதாரண ராசி கட்ட படம் கீழே உள்ளது.

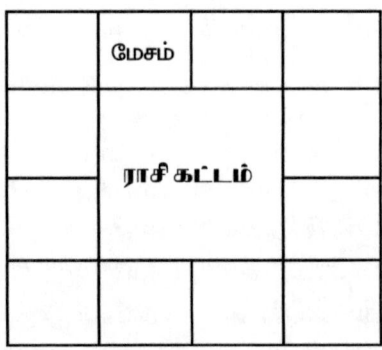

அம்ச கட்டமும் இதேபோல் 12 பாகமாகத்தான் அமையும்.

12-பாகத்திற்கும் நம் முன்னோர்கள் 12 பெயர்களை அளித்துள்ளனர். அவற்றையே நாம் 12 ராசிகள் என்று அழைக்கிறோம். அவை : மேசம், ரிசபம், மிதுனம், கடகம், சிம்மம், கன்னி, துலாம், விருச்சிகம், தனுசு, மகரம், கும்பம், மீனம்.

மேலும் முதல் ராசியாக துவங்கி மீனம் ஈராக 12 ராசிகள் வரிசைப்படி தொடர்ந்து அமையும். இந்த 12 ராசிகளுக்கு உள்ளாக 9 கிரகங்கள் அமைக்கப்படுகிறது.

நட்சத்திர கிரகசாரம்:

ஒரு ராசி கட்டம் என்பது 12 சிறு கட்டங்களாக பிரிக்கப்பட்டு ஒவ்வொரு கட்டமும் ராசி என பெயரிடப்பட்டுள்ளது. இந்த கட்டம் ஒவ்வொன்றும் 9-நட்சத்திர பாதங்களாக பிரிக்கப்படுகிறது. 4- நட்சத்திர பாதம் சேர்த்து ஒரு நட்சத்திரம் ஆகும்.

ஆக ஒரு ராசி என்பது 2 1/4 (இரண்டேகால்) நட்சத்திரத்தை உள்ளடக்கியது. ஒரு முழு ராசி கட்டம் என்பது 12X2.25=27. இருபத்தேழு முழு நட்சத்திரங்களை உள்ளடக்கியது. ஆக நட்சத்திர பாதசார ராசிகட்டம் கீழே உள்ள படத்தில் தெளிவாக உள்ளது.

பூரட்டாதி - 4 உத்திரட்டாதி - 1,2,3,4 ரேவதி - 1,2,3,4	அஸ்வினி - 1,2,3,4 பரணி - 1,2,3,4 கிருத்திகை - 1	கிருத்திகை - 2,3,4 ரோகிணி - 1,2,3,4 மிருகசீரிஷம் - 1,2	மிருகசீரிஷம் - 3,4 திருவாதிரை - 1,2,3,4 புனர்பூசம் - 1,2,3
அவிட்டம் - 3,4 சதயம் - 1,2,3,4 பூரட்டாதி - 1,2,3	ராசி கட்டம் நட்சத்திர பாத சாரம்		புனர்பூசம் - 4 பூசம் - 1,2,3,4 ஆயில்யம் - 1,2,3,4
உத்திராடம் - 2,3,4 திருவோணம் - 1,2,3,4 அவிட்டம் - 1,2			மகம் - 1,2,3,4 பூரம் - 1,2,3,4 உத்திரம் - 1
மூலம் - 1,2,3,4 பூராடம் - 1,2,3,4 உத்திராடம் - 1	விசாகம் - 4 அனுசம் - 1,2,3,4 கேட்டை - 1,2,3,4	சித்திரை - 3,4 சுவாதி - 1,2,3,4 விசாகம் - 1,2,3	உத்திரம் - 1,2,3,4 அஸ்தம் - 1,2,3,4 சித்திரை - 1,2

மேலே உள்ள கட்டத்தில் 27 நட்சத்திரங்கள் பரவலாக 12-ராசியில் 9-பாதங்களாக பிரித்து வழங்கப்பட்டுள்ளதை பார்க்க முடிகிறது. ஆக மொத்தம் பன்னிரு ராசியில் (9 x 2=108) நூற்று எட்டு நட்சத்திர பாதங்கள் இருப்பதை காண முடிகிறது. இந்த 27 நட்சத்திரமும் 9 கிரகங்கள் வீதம் ஆளுமை செய்யப்படும். ஆக ஒவ்வொரு கிரகமும் மூன்று நட்சத்திரங்களை ஆளுமை செய்யும். அவை :

நட்சத்திரங்கள்		அதிபதி
அஸ்வினி, மகம், மூலம்	-	கேது
பரணி, பூரம், பூராடம்	-	சுக்கிரன்
கிருத்திகை, உத்திரம், உத்திராடம்	-	சூரியன்
ரோகிணி, அஸ்தம், திருவோணம்	-	சந்திரன்
மிருகசீரிஷம், சித்திரை, அவிட்டம்	-	செவ்வாய்
திருவாதிரை, சுவாதி, சதயம்	-	ராகு
புனர்பூசம், விசாகம், பூரட்டாதி	-	குரு
பூசம், அனுசம், உத்திரட்டாதி	-	சனி
ஆயில்யம், கேட்டை, ரேவதி	-	புதன்

இந்த நட்சத்திரங்கள் அந்த குறிப்பிட்ட கிரகத்தின் தன்மை, ஆளுமையை பெறுகிறது என்பதை உணரவும்.

இந்த அட்டவணை உதவிகொண்டு ஒருவரின் ராசி, நட்சத்திரம் என்ன என்பதை நாம் அறியலாம். ஒரு குழந்தை பிறக்கும் நேரத்தில் நவகிரக சந்திரன் ராசி கட்டத்தில் எந்த ராசியில் பயணம் செய்கிறாரோ அதுவே அந்த குழந்தையின் ஜென்ம ராசி எனப்படுகிறது. அந்த ராசியில் உள்ள 9 பாதத்தில் எந்த பாதத்தில் சந்திரன் உள்ளாரோ அதுவே ஜென்ம நட்சத்திரம் ஆகும். உதாரணமாக, ஒரு குழந்தை பிறக்கும் போது நவகிரக சந்திரன் கடகம் ராசியில் பூசம் - 2-ம் பாதத்தில் பயணிக்கிறார் என வைத்துக் கொண்டால் அந்த குழந்தையின் ஜென்ம ராசி - கடகம், ஜென்ம நட்சத்திரம் - பூசம் 2ம் பாதம் என அமையும்.

தசை-புத்தி

ராசி கட்டத்தில் குறிப்பிட்ட நட்சத்திர பாதத்தில் சந்திரன் பயணம் செய்யும் போது பிறக்கும் குழந்தைக்கு அந்த நட்சத்திர அதிபதியின் தசை துவங்கும். ஒரு நட்சத்திரம் என்பது 4 பாதம் என்று பார்த்தோம். அந்த நட்சத்திரத்தில் சந்திரன் எவ்வளவு தூரம் பயணம் செய்துள்ளார் என்பதை பொருத்து தசை-புத்தி காலம் அமையும்.

ஒவ்வொரு கிரகத்திற்கும் ஒரு குறிப்பிட்ட கால அளவு ஆளுமை காலமாக பகுத்து வழங்கப்பட்டு உள்ளது.இதை ஜோதிட தந்தை பராசரர் தீர்மானித்துள்ளார். ஜோதிட நூல்களில் பல்வேறு தசை முறைகள்

கூறப்பட்டாலும் பரவலாக நடப்பில் பயன்பாட்டில் உள்ளது "விம்சோத்திரி தசை" எனும் "உடுமகாதசை" ஆகும். இந்த முறை பராசர மகரிசியால் அருளப்பட்டது.

கிரகம் (9)		**தசை வருடம் (120)**
கேது	-	7 வருடம்
சுக்கிரன்	-	20 வருடம்
சூரியன்	-	6 வருடம்
சந்திரன்	-	10 வருடம்
செவ்வாய்	-	7 வருடம்
ராகு	-	18 வருடம்
குரு	-	16 வருடம்
சனி	-	19 வருடம்
புதன்	-	17 வருடம்

சுக்கிரன் இதில் அதிக வருடமான 20 வருடம் (ம) சூரியன் மிக குறுகிய 6 வருடம் கொண்டு ஆளுமை செய்கின்றன. மொத்தம் 120 வருடம் மனித ஆயுள் எனும் அடிப்படையில் பராசர மகரிஷி நிர்ணயித்து இருக்கலாம்.

ஜாதகம் அமைவதை பற்றி இதுவரை நாம் பார்த்தோம். இதைக் கொண்டு ஒருவரின் ஜாதகத்தை தயார் செய்து கையில் எடுத்து புத்தக மாக எழுதிவிட முடியும். இதன் பிறகுதான் ஜோதிடத்தின் முக்கிய இலக்கான பலன் சொல்லும் பகுதி வருகிறது. இப்போது நாம் பார்த்த தகவல்கள் ஒரு வாகனத்தை வாங்கி வீட்டில் நிறுத்துவது போன்றது, ஆனால் அதை எடுத்து இயக்க வண்டியின் (வாகனத்தின்) பாகங்கள் என்னென்ன செய்யும் என நமக்கு தெரிய வேண்டும். அதுபோல ஜாதகத்தில் உள்ள ராசிகள், கிரகங்கள், பாவங்கள் மற்றும் நட்சத்திரம், கிரக இணைவால் உருவாகும் யோகங்கள் இவற்றின் தன்மை (காரகம்), செயல்பாடுகள் போன்ற தகவல்கள் நமக்கு தெரிந்து இருக்க வேண்டியது மிகவும் அவசியம். இதில் கிரகம் (ம) பாவகம் இவற்றின் காரகங்கள் மிக மிக பிரதானமானது பலன்களின் மூலம் என கூட எடுத்துக்கொள்ளலாம். காரகம் என்றால் தன்மை என பொருள் கொள்ளலாம். ஒவ்வொரு கிரகமும், பாவகமும் தனித்துவமானது. உதாரணமாக மளிகைக் கடையில் சென்று ஆபரணம் வாங்க முடியாது. உணவகத்தில் சென்று ஆடை வாங்க

முடியாது. ஒவ்வொரு கடைக்கும் விற்கும் பொருளின் தன்மை உண்டு அதுபோலவே நவகிரகங்களுக்கும் பன்னிரு பாவகங்களுக்கும் என தனித்தனி செயல்கள் மற்றும் தன்மைகள் உண்டு. அதை நாம் தற்போது விரிவாக பார்க்கலாம். ஒரு ஜோதிடர் தன் ஞானத்தை விரிவுபடுத்த காரகங்கள் மிக மிக அவசியம். அதை பற்றி தகவல்களை அதிகப்படுத்திக் கொண்டே இருக்க வேண்டும். முதலில் ஜோதிடத்தின் நவ நாயகர்கள் பற்றி விரிகாக பார்க்கலாம்.

கிரகங்கள் :

நமது இந்திய முறை ஜோதிடத்தில் நவம் எனப்படும் 9 கிரகங்கள் கூறப்படுகிறது. "கிரகம்" என்றால் பிடிப்பது, நகர்வது என பொருள். தன் ஆதர்சன சக்தியால் பூமியின் உயிர்பொருட்களை படித்து ஆளுமை செய்வது கிரகங்கள்.

நவ கிரகங்களின் பெயர்கள் :

சூரியன், சந்திரன், செவ்வாய், புதன், குரு, சுக்கிரன், சனி, ராகு, கேது.

இதில் ராகு-கேது இரண்டும் சூரியன் மற்றும் சந்திரனின் சுற்றுப் பாதையின் இரு வெட்டுப்புள்ளிகள் இதில் எந்த பஞ்சபூதம் சார்ந்த பொருட்களும் இல்லை ஆகவே இவை நிழல் கிரகங்கள் எனப்படும். பிற 7 கிரகமும், கல், பாறை என திடப்பொருளால் ஆனவை.

இந்த கிரகங்கள் தங்களின் நகர்வு தன்மை (வேகம்) அடிப்படையில் சில பிரிவுகளாக பிரிக்கப்படுகிறது.

1. சர கிரகம் : சரம் என்றால் வேகமாக நகர்தல் எனப்படும். சந்திரன் நவகிரகங்களில் வேகமாக நகரும் ஆகவே அது சர கிரகமாகும்.

2. ஸ்திரம் : ஸ்திரம் என்றால் நிலையானது சூரியன் நகர்வதில்லை ஆக ஸ்திர கிரகமாகும்.

3. உபயம் : சில நேரங்களில் நகர்தல், சில நேரங்களில் நிலையாக இருப்பதுபோல் தோன்றும் ஆகையால் புதன், குரு, சுக்கிரன், செவ்வாய், சனி இவை உபய கிரகங்கள்.

இதையே நகரும் திசையின் அடிப்படையிலும் மூன்று விதமாக பிரிப்பர்.

1.மண்டல கிரகம் - நேர்கதியில் நகர்தல் (முன்பாக) சூரியன், சந்திரன்.

2. தாரா கிரகம் - முன்னும் பின்னும் இருதிசையில் நகர்தல். சனி, குரு, சுக்கிரன், புதன், செவ்வாய்.

3. சாயா கிரகம் /வக்ர கிரகம் : பின்னோக்கி நகர்தல் ராகு - கேது. இவை கிரகண நேரத்தில் மட்டும் நிழலாக கட்சி தரும் (சாயா -நிழல்).

கிரக காரகங்கள் : காரகம்

1. சூரியன் :

ஜோதிடத்தின் தலைமகன், மூலவன், பிதாமகன் என என்னவென்று கூறுவது. நவ கிரகங்களில் சுயம்பு இவரே இவரை மையப்படுத்தியே ஜோதிடம் இருக்கிறது. ஜோதிடம் எனும் மிகப்பெரும் கப்பலின் கேப்டன் இவர்தான். சூரியன் இல்லாமல் ஜோதிடம் என்று ஒன்று இல்லை என்பேன். அதைக் கிரகங்களும் இவரிடம் இருந்தே ஆற்றலைப் பெற்று கிரங்களாக பலம் பெற்று திகழ்கின்றனர். இவரின் காரகங்களை நாம் தொடர்ந்து பார்க்கலாம்.

இவர் பிதூர் காரகன், தந்தை காரகன், ஆத்ம காரகன் என அழைக்கப் படுகிறார். இவருக்கு மூல நூட்களில் சில பெயர்கள் உண்டு. அவை, அண்டயோனி, அருணன், அலரி, ஆதவன், ஆதித்தன், ஏழ்பரியோன், ஒளியோன், கதிர், சித்திரபானு, சுடரோன், செங்கதிர், ஜோதி, ஞாயிறு, திவாகரன், தினகரன், பகலோன், வெய்யோன், பார்கவன், பரிதி, மார்தாண்டன், வெஞ்சுடர் இந்த பெயர்களை உடையவர்களும் சூரியனின் ஆதிக்கம் நிறைந்து விளங்குவர்.

கௌரவம் - நம்பிக்கை, நாணயம் - ஆன்மா, நிர்வாகம் - பகல்நேரம், நெருப்பு - உஸ்னம் (சூடு), கோபம் - ஆளுமை, கனவுகள் - சமூக மதிப்பு, தந்தை - மூத்த மகன், மாமனார் - உயர்ந்த மனிதர்கள், வலது கண் - ஒன்று (எண்), தலை - பார்வை திறன், முதுகெலும்பு - கட்டைவிரல், மலைமேடான இடம் - காடு, கோட்டைகள் - லாட்ஜ்கள், தொகுப்பு வீடு - உயர்ந்த கட்டிடங்கள், கூரைபந்தல் - அரசுசார் இடங்கள், அரசாங்கம் - அரசியல், நிர்வாகி - தலைவர், தலைமையேற்றல் - பொறுப்புகள், ஊரின் பெரிய மனிதர்கள் - அரசு முடிவுகள், ஆன்மா - சிவன், ஒளி - லிங்கம், சிவனை குறிக்கும் பெயர்கள் - மரம், வட்டவடிவ பொருட்கள் - உயர்தர ஆபரணங்கள், அரசு பதவி - வலது ஜன்னல்,

தேக்கு - அணுவலை, தாராள மனம் - கருணை, மனிதநேயம் - தியாகம், பொதுமைப் பண்பு - பொதுநலம், வைராக்கியம் - மன தைரியம்.

சூரியனால் ஏற்படும் தொழில்கள் :

1. அரசு உத்தியோகம், 2. அரசியல் பதவி (எம்.எல்.ஏ., எம்.பி.,) 3. நிறுவன மேலாளர், 4. கண்காணிப்பாளர், 5. ஆபரண வியாபாரம், 6. பொன்முலாம் பூசல், 7. கௌரவ பதவிகள், 8. சுய தொழில், 9. முதலாளித்துவம், 10. தந்தைவழி தொழில், 11. எல்லா தலைமை பதவி இன்னும் பல.

2. சந்திரன் :

சந்திரன் உண்மையில் கிரகம் இல்லை நம் பூமியின் துணை கிரகம் ஆனாலும் ஜோதிடத்தில் ஒளித்தன்மை காரணமாக கிரகமாகவே கணக்கில் கொள்ளப்படுகிறது. இவர் மிகவும் வேகமான கிரகம். ஜாதகத்தில் உள்ள தசை -புத்தி அமைப்புகள் இவரின் நகர்வு நிலை கொண்டே கணக்கிடப்படும். இவர் நிற்கும் ராசியே பிறப்பு ராசி, இவர் நிற்கும் நட்சத்திரமே பிறப்பு நட்சத்திரமாக கொள்ளப்படும் . ஆக சந்திரனின் நிலை கொண்டே தற்காலிக கோட்சார பலன்கள் கணிக்கப் படுகிறது. இவரை தாய்காரகன், மனக்காரகன் (மாதா, மனோ) என்று அழைப்பர். இவரின் ஜோதிட ரீதியான சில பெயர்கள்,

இந்து, அம்புலி, சோமன், உடுபதி, கலாநிதி, கலைஞன், சசி, பிறை, நிலா, மதி, திங்கள், குழவி, தண்சுடர், மிருகாங்கன்.

இரவு நேரங்களில் வானில் தெரிபவர். எனவே இரவு நேரத்தில் ஆதிக்கம் பெறுவார்.

இவர் வளர்பிறை, தேய்பிறை, (பிறை-நிலவு) என 15- நாள் வளர்ந்ததும், 15 நாள் தேய்ந்தும் உருவில் மாற்றம் பெறுவர்.

மனநிலை, மன உணர்வுகள், மனம், திருட்டுதனம், உயர்குணம், திருடன், கெட்டபெயர், அவமானம், சலன புத்தி, இலவச பொருட்கள், ஞானம், ஞாபகம், மறதி, சந்தேக குணம், உடல், உடல் சுகம், பயணம், உணவு, தாய், மாமியார், பொதுஜனம், சமூக நல ஆர்வம், பொதுப்பணி அலுவலர், கவிஞர்கள், கதை ஆசிரியர், கற்பனை திறன், சிந்தனை, மனநோய், இரத்த ஓட்டம், தாய்ப்பால், இடது கண், உணர்தல் தன்மை,

கர்ப்பப்பை, மாதவிடாய், நீர்சத்து, சுரம் (ஜலதோஷம்), நீர்நிலைகள், பால், ஓட்டல், முத்து, அணிகலன், படுக்கையறை, அம்மன் (அலங்கார மற்ற சாந்தமான), அம்பாள், நீர்ம நிலை உணவுகள், பெண்கள், குடும்பம், தலைவி, உயிர் அந்தஸ்து, பதவிகள், தினசரி உபயோக பொருட்கள், நெல் விளையுமிடம், கடை வீதி பகுதி, மதுபானங்கள்.

சந்திரனால் அமையும் தொழில் :

1. அன்றாட பொருள் வியாபாரம், 2. உணவுப் பொருள் கடைகள் (ஓட்டல்), 3. அரிசி கடை, 4. தானிய வியாபாரம், 5. பால் வியாபாரம், 6.காய்கறி - பழ வியாபாரம், 7. நீர்மம் சார் தொழில் (பழச்சாறு, நீர் விற்பனை), 8. மாலுமி, 9. மதுபானம், 10. துணி துவைத்தல் - அயனிங், 11.கடல் சார் பொருள் விற்பனை, 12. விவசாயம் இன்னும் பல....

3. செவ்வாய் :

“தம்பி உடையான் படைக்கு அஞ்சான்” என்பர். அதுபோல் ஒருவரின் ஜாதகத்தில் செவ்வாய் பலம் தைரியம், வீரியம், வீரம் இவற்றை தரவல்லது. செவ்வாய் சக உதர காரகர் ஆவார். செவ்வாய் நிலையை வைத்தே சகோதர உறவு, சொத்து நிலை ஜாதகரின் தேவ வலிமை கூறப்படும். ஜோதிடப் போர் களத்தில் முன்னின்று வழிநடத்தும் தளபதிக்கு காரகம் செவ்வாய் பகவானே. இவர் குருவுடன் சேர்ந்து ‘‘குருமங்கள’’ யோகமோ, சந்திரனுடன் சேர்ந்து ‘‘சந்திர மங்கள’’ யோகமோ அமைந்தால் ஜாதகர் வாழ்வில் மேநிலை அடைவார். ஒரு பெண்ணின் ஜாதகத்தில் செவ்வாய் சுபநிலை பெற்று அமைய இல்லறம் நல்லறமாகும். ஒரு ஜாதகர் கோழையா வீரனா என்பது இந்த செவ்வாயின் நிலையை கொண்டே அமையும். இவர் ஜோதிடத்தில் பூமிகாரகன், மங்கள காரகன், சகோதர காரகன் என அழைக்கப்படுகிறார். இவரின் வேறு பெயர்கள் : அங்காரகன்,அழல், ஆரல், உதிரன், குஜன், பௌமன், குருதி, நிலமகன், மங்களன், தாரஜன், சேய், ஆரன், தளபதி இன்னும் சில பெயர் கொண்டு இவர் அழைக்கப்படுகிறார்.

இது ஒரு சத்திரிய கிரகமாகும். ஆக பலமும் போர் குணம் நிறைந்த கிரகம்.

தைரியம், வீரியம், கோபம், பாதுகாப்பு, நிர்வாகத்திறன், கடுமை, முரட்டுத்தனம், பிடிவாதம், வேகம், அதிக காமம், போட்டி, தீவிரம்

(செயலில்), தீவிரவாத எண்ணம், உடல் கட்டுக்கோப்பு, ஊக்கம், உடற்பயிற்சி, தற்காப்பு கலைகள், வீரம், அகங்காரம், மனவலிமை, அவசரம், வீண் சண்டை, கர்வம், வாக்குவாதம், ஆதிக்க உணர்வு,வன்மம், சகோதரம்(இளைய), மைத்துனர், கணவர், கொழுந்தன், இரத்த சம்பந்த உறவு, இரத்தம், எலும்பு மஜ்ஜை, இமைகள், எலும்பு, நகம், பற்கள், மீசை, மண்ணீரல், நோய், வீடு, கட்டிடம், ஆராய்ச்சி கூடம், முட்புதர், பயிற்சி கூடம், வெடி, விபத்து, சமையல் அறை, துர்க்கை அம்மன், முருகன், உக்கிர தெய்வங்கள், நிலம், வாகனம், ஆயுதம், இயந்திரங்கள், விவசாய இடங்கள்.

செவ்வாய் தரும் தொழில்கள் :

1. பாதுகாப்பு சார்ந்த தொழில் (காவல், இராணுவம்), 2. மேலாளர் (மேனேஜர்), 3. மேற்பார்வையாளர், 4. சமையல் கலைஞர், 5. இஞ்சினியர் (எல்லாம்), 6. சீருடை பணிகள் அனைத்தும், 7. தற்காப்பு கலை சார் தொழில், 8. உடற்பயிற்சி கூடம், 9. உரம் தொழில், 10. ரசாயனம் சார் தொழில்கள், 11. மருத்துவத் துறை சார் தொழில், 12. முடிதிருத்துதல் தொழில், 13. பல் வைத்தியம், 14. உலோகம் சார் தொழில்கள், 15. நெருப்பு சார் தொழில், 16. ஆயுதம் சார் தொழில், 17. விவசாயம், 18. கசாப்பு கடை (இறைச்சி), 19. சாய வேலை, 20. தையல், 21. செங்கல் சூளை, 22. கட்டை பஞ்சாயத்து, 23. ரவுடி தொழில், 24. பிறரை துன்புறுத்துதல், 25. வசூல் செய்தல் போன்றவை.

4. புதன் :

ஒரு மனிதனின் எதை வேண்டுமானாலும் திருடர்கள் திருட முடியும், பஞ்சங்கள் அழிக்க முடியும், இன்னொருவர் அதிகாரத்தால் பிடுங்க முடியும். அருமை நண்பர்களே என்ன செய்தாலும் ஒருவன் பெற்ற கல்வியை, அடைந்த அறிவை எவறாலும் பிடுங்க, திருட, அழிக்க முடியாது. அந்த மதிப்புமிகு அறிவாற்றல், புத்திகூர்மை இந்த புதன் தயவாலே நமக்கு கிட்டும். நித்தம் அறிவை வளர்க்கும் கல்விக்கு காரகர் புதன் ஆவார். ஜோதிடத்தில் இவரை 'மாதுலகாரகன்', 'வித்யாகாரகன்' என்பர். ஒருவருக்கு எந்த கலையானாலும் அதிக புலமை பெற புதனின் தயவு அவசியம். இவர் ஒரு அலி கிரகம் ஜாதகத்தில் சுப கிரக தொடர்பில் இருக்க சுபராகவும், பாவ கிரக தொடர்பில் இருக்க பாபராகவும் செயல்படுவார். ஆக அவரை சற்று பார்த்துதான் கணிக்க வேண்டும்.

தாய்மாமன் உறவும் அவரால் ஏற்படும் யோகங்களையும் குறிப்பிடும் கிரகம் புதனாகும். வானில் உள்ள வான் பொருள் ஆய்வுக்கும் அதைக் கொண்டு எதிர்கால பலன் சொல்லும் ஜோதிட ஆய்வுகளுக்கும் இவரே காரக கிரகம் ஆகிறார். ஜோதிட புத்தி, வித்தை காரகர் புதன். இவரின் வேறு சில பெயர்கள் பார்க்கலாம்.

அருணன், கணக்கன், சௌமியன், தேர்பாகன், நாற்கோள், பண்டிதன், பாகன், அதிதர்கன், போதன், மாலவன், மால், வித்புத்திரன் என்பன இவரின் சில பெயர்களாகும்.

கணிதம், எழுத்து, கட்டுரை, கடிதம், அறிவாற்றல், இரட்டை மனம், பாலின அலி தன்மை, மழுப்பல் குணம், பேச்சு, வித்தை, நுணுக்கம், பயந்த சுபாவம், சாது தன்மை, இளமை, அழகு, காதல், தாய்மாமன், காதலன்/காதலி, இளைய சகோதரி, நண்பர்கள், உதவியாளர்கள் மென்மையானவர், தோல், நரம்பு மண்டலம், விருப்பங்கள், நினைவு (ஞாபகம்), பள்ளிகூடம், புத்தகம், ஜன்னல்கள், வங்கி, அறிஞர்கள், அலமாரி, நூலகம், மேஜை, வசூல் செய்யும் இடம், வரவு செலவு கணக்கு, படித்தல், காலி நிலங்கள், பத்திக்கைகள், ஜோதிட நிலையங்கள், மகாவிஷ்ணு, சப்தகன்னிகள், கன்னிமார்கள், சிறு குழந்தைகள், மாணவர்கள், அறிவுசார் விசயங்கள், வணிகம், கைகள், கழுத்து, வரவேற்பு அறை, உள்ளங்கை, தொலைபேசி, புலனாய்வு, தரகு தன்மை, நகைச்சுவை, வசீகரம், தந்திரம், கலகலப்பு, சிறுபிள்ளை தனம், கோழைத்தனம்... இன்னும் பல புதனின் காரகம் ஆகும்.

புதனால் ஏற்படும் தொழில்கள் :

1. ஜோதிடம், 2. வைத்தியம், 3. மந்திரம் உபயோகம் சார் தொழில்கள், 4. பயணம் சார் தொழில்கள், 5. செய்தி, பத்திரிக்கை தொழில், 6. வக்கீல், 7. பிரிண்டிங், 8. ஸ்டாம்பு, பத்திரம் விற்பனை, 9. கல்வி நிறுவனங்கள், 10. கல்வி சார் பிற தொழில்கள், 11. பேச்சால் செய்யும் தொழில்கள், 12.வாகன சான்றிதழ் பதிவுகள், 13. வாகன வழிகாட்டி தொழில், 14. தரகு தொழில், 15. கேளிக்கைகள், 16. நாட்டியம், 17. வியாபாரம், 18. தானிய வியாபாரம், 19. சங்கீதம் சார்ந்த தொழில்கள், 20.வங்கி தொழில், 21.கணக்கு பார்த்தல், 22. போதகர், 23. ஆய்வாளர்கள், 24. நடிகர்கள், 25.புத்தகம் விற்பனை, 26. எடிட்டர், 27. மொழிபெயர்ப்பு போன்றவை புதனின் தொழில்கள் ஆகும்.

5. குரு :

குரு ஒரு ஜாதகரின் உயர்வு தாழ்வை நிர்மாணம் செய்யும் காரணிகளில் இவர் முக்கிய கிரகம். ஒரு ஜாதகத்தில் குரு வலுத்தால் எப்படியாவது அவை பிழைப்பை நடத்தி விடுவார். குரு பலம் பெரும் அமைப்பு எந்நிலையிலும் சிறப்புதான். ஒரு மனிதனின் ஒழுக்கநிலை குருவை வைத்தே அறியப்படுகிறது.

குரு ஒரு இயற்கை சுபகிரகம் இவருக்கு மூன்று பார்வைகள் (5,7,9) உண்டு. இதையே குரு பார்வை என்பர். இந்த பார்வை தோஷமுள்ள இடத்திற்கு கிடைத்தால் அந்த தோஷத்தின் வீரியம் நிச்சயம் குறையும் என்பதில் மாற்றமில்லை.

பொதுவாக "குரு நின்ற இடத்தை கெடுத்து பார்த்த இடத்தை வளர்ப்பார்' என்பர். குருவின் பார்வை எந்த நிலையில் மேன்மை, ஆகவே குரு ஜாதகத்தில் யோக பாவகங்களை பார்த்தால் அவை மேன்மையுற்று ஜாதகரை உயர்த்தும் என்பதில் எந்த மாற்றமும் இல்லை. குரு ஜாதகத்தில் குரு பலம் பெரும் இடம் என சொல்லப்படும் 2. 5, 7, 9, 11-ல் அமைய ஜாதகருக்கு சிறப்பை அதிகமாக தருவார். இதோடு சந்திர கேந்திரம் என சொல்லப்படும் சந்திரனுக்கு 1,4,7, 10 அமைவது மிகவும் சிறப்பு. தனகாரகன், புத்திர காரகன் எனப்படும் இவரின் பிற பெயர்களையும் பார்க்கலாம்.

ஜீவன், தேவகுரு, வாசஸ்பதி, வியாழன், ஆசான், பொன்னன், அந்தணன், அரசன், சிவன், சிகண்டி, சுரகுரு, தாராபதி, தெய்வ மந்திரி, மறையோன், பிரகஸ்பதி என்பன இவரின் சில பெயர்கள்.

சுபதன்மை, சுப நிகழ்வுகள், நேர்மை, உண்மை, ஒழுக்கம், மனசாட்சி, ஜீவன், கட்டுக்கோப்பு, முப்பாட்டன், குரு, குழந்தை, மதிக்கத்தக்க வர்கள், தனவான்கள், வேதகர்கள், ஆச்சாரமானவர்கள், ஆலய திருப்பணியாளர்கள், வயதில் மூத்தவர்கள், சமூக அந்தஸ்து, மூளை, கல்லீரல், பித்தப்பை, கொழுப்புக் கட்டிகள், எலும்பில்லா உறுப்புகள், பிராமணர்கள், விளையாடும் இடம், கோவில்கள், புனித இடங்கள், பணம், பணம் சேமிப்பு இடம், தங்கம், சுபமங்கல பொருட்கள், பூஜைகள், தெய்வத்தன்மை, குலதெய்வம், தெய்வ அனுகிரகம், ஆசிர்வாதம், மகிழ்ச்சி, உண்மை, கௌரவம், மதிப்பு மரியாதை,

வேதங்கள், சாஸ்திரம், பக்தி, ஞானம், நீதிபதி, உயர் சிந்தனை, ஆசிரியர், சாந்தம், பூஜை அறை, தொடை, சதை, பண்பாடு.

குருவால் ஏற்படும் தொழில்கள் :

1. நீதித்துறை சார்ந்த தொழில், 2. ஆன்மீக சார்ந்த தொழில், 3. மஞ்சள் வியாபாரம், 4. மருத்துவம், 5. வங்கி, 6. வட்டி தொழில், 7. பலசரக்கு கடை, 8. மத பிரசங்கம், திருப்பணிகள், 9. குரு, ஆசான், 10. தலைமை பொறுப்புகள் (கௌரவ), 11. கணக்கர், கேஷியர், 12. பணம் சார் எல்லா தொழில், 13. எல்.ஐ.சி, 14. தான/தர்ம சேவைகள்…. இன்னும் சில தொழில்கள்.

6. சுக்கிரன் :

ஜோதிடம் பற்றி தெரியாதவர்களுக்கு கூட மிகவும் பிடிக்கும் கிரகம் சுக்கிரன். இவரின் அருளால் உலக உயிர்கள் இயக்கம் நகரும் என்பதை யாரும் மறுக்க முடியாது. உலகின் அனைத்து உடல் மற்றும் மனம் சார் சுகங்களையும் தரவல்ல கிரகம் இவரே 'களஸ்திரகாரகன்' ஆவார். இதுநாள் வரையும் மக்களிடம் சுக்கிர தசை நடந்தால் பணம் கொட்டும், பெண் சுகம் கிடைக்கும், வசதி பெருகும் எனும் நம்பிக்கை வேரூன்றி உள்ளது. ஆண்-பெண் ஈர்ப்பையும் சகல சுகங்களை வழங்கும் ஈடுஇணையற்ற கிரகமாகும். குருவை போல இயற்கை சுப கிரகமான சுக்கிரன் மிகப் பெரிய நன்மைகளை தருவார். ஆக ஜாதகத்தில் இவர் பலம் பெற்று இருப்பது மிகவும் சிறப்பாகும். ஆனால் சில தவறான அமைப்புகளில் அளவுக்கு அதிக பலம் பெறுவதும் தவறு காரணமென்ன வென்றால் அளவுக்கு அதிகமான சுகங்களை தவறான வழியிலும் தருவார். பெரும்பாலும் சுக்கிரன் சராசரி பலம் பெறுவதே சிறப்பாகும். ஒருவர் கருப்பாக இருந்தாலும் கலையாக இருப்பது இவராலே தான். ஆம், வசீகரம், ஈர்ப்பு, சுகபோகம் இவற்றுக்கு காரக கிரகம் சுக்கிரனே ஆகும். இவர் பாப கிரகத் தொடர்பை பெறுவது ஜாதகத்தில் சிறப்பு இல்லை மன சஞ்சலம் ஏற்படும்.

சுக்கிரனின் பிற பெயர்கள் :

பிருகு, உசனன், சுகி, கவி, அசுரகுரு, சீரன், அசுரமந்திரி, வெள்ளி, சுங்கன், பார்க்கவன், மழைகோள் காப்பியன், சல்லியன், இன்னும் சில.

பெண், களத்திரம், பணம், அலங்காரம், ஆடம்பரம், சுகம், மனைவி,

மனைவியின் குணம், சஞ்சலம், மகிழ்ச்சி, காமம், ஆசை, உலகியல் இன்பம், ஆடம்பர வாழ்வு, அத்தை, அக்கா, பெரியம்மா, சின்னம்மா, உடலில் உள்ள சுரபிகள், பாலின திரவங்கள், உடல் சுகம், தாம்பத்தியம், கணவன்-மனைவி இணக்கம், இனிப்பு சுவை, வாசனை திரவியங்கள், கார், பங்களா, அலங்காரப் பொருட்கள், ஜவுளிப் பொருள், பெண் தெய்வங்கள், காதல், கருப்பை, கன்னம், மதுபானம், ஆடை ஆபரணம், மலர், திருமணம், விந்து, சிறுநீரகம், கேளிக்கை, மருமகள், கலையார்வம்.

சுக்கிரனால் ஏற்படும் தொழில்கள் :

1. பூ வியாபாரம், 2. வாசனை பொருள் வியாபாரம், 3. பெண் அலங்கார பொருள் வியாபாரம், 4. பட்டு நூல் தொழில், சரிகை, 5. ஜவுளி தொழில், 6. நகை தொழில், 7. வீட்டு அலங்காரப் பொருள் வியாபாரம், 8. சித்திர வேலைகள், 9. கவி பாடல், புலவர், இசை, சினிமா தொழில், 10. கூத்தாடி, நாடகம், 11. கட்டில், மெத்தை, பர்னிச்சர்ஸ் வியாபாரம், 12. மது மானம், 13. மொத்த பொருள் வியாபாரம், 14. காமம் சார் எல்லா தொழிலும், 15. வாகன தொழில், 16. வளர்ப்பு பிராணிகள் தொழில், 17. ஆகாய விமானப் பணி, 18. உணவுப்பொருள் தொழில் (பேக்கரி), 19. பெரும் உணவகங்கள்.

7. சனி :

நவகிரகங்களில் நீதிமான் இந்த சனிபகவான். ஆகையால்தான், அனைவருக்கும் இவரைக் கண்டு அச்சம் போலும். பொதுவாக நீங்கள் ஜாதகம் பார்க்க எந்த ஜோதிடரிடம் போனாலும் சரி ஒன்று ஜோதிடரோ அல்லது ஜாதகரோ சனி பற்றி பேசாமல் இருக்க மாட்டார்கள். இன்னும் சொல்லப்போனால் ஜோதிட அறிவு போகாத இடத்துக்குக் கூட ஏழரைச் சனி, அட்டம சனி என சனியின் ஆட்டம் பெரிதாக சென்று பயத்தை ஏற்படுத்தி வருகிறது. ஏழரைச் சனி நடக்கும் யாரை கேட்டாலும் முகத்தை வாட்டமாக வைத்துக் கொண்டு ஏதோ வாழ்க்கை போகிறது எப்போது எமன் வருவான் என காத்திருக்கேன் எனக் கூறுவர். ஜோதிடரும் தான் பார்க்கும் ஜாதகத்தில் தீமையைச் சொல்லும் போதெல்லாம் இடையிடையே ஏழரை, அட்டம சனி பற்றி சொல்லி சனியின் மீதான பயத்தை அதிகப்படுத்தி விடுவார். ஆக இவற்றிலிருந்து நமக்கு "சனி என்றாலே அண்டசராசரத்திற்கும் பயம்" என்பது தெரியவருகிறது. இந்த பயம் அவசியமற்றது மற்றும் தவறானதும் கூட. எல்லா நிலையிலும் சனி கெடுப்பான் தருவதில்லை என்பதை உணர

வேண்டும். சனி நம் கர்மாவிற்கு ஏற்ப தான் எதையும் தருவார் என்பதை மக்கள் உணரவேண்டும். குருவுக்கு கூட இல்லாமல் மகான்கள் சனிக்கு தான் நீதிமான், கர்மகாரகன் எனும் பட்டம் வழங்கி உள்ளன. சனியின் வேறு பெயர்கள்;

கோணன், அசீதன், சௌரி, நீலன், அந்தகன், மந்தன், முடவன், முதுமகன், கரியவன், காரி, கிழவன், சனைசரன் என்னும் சில.

மந்தமான, பழமையான, அழுக்காக இருப்பது, மெதுவாக இயங்குவது, சோம்பேறி, எதையும் தள்ளிப் போடுவது, புராதனமானது, தொன்மை, கவலைகள், தோய்வு, தாமதம், சித்தப்பா, வேலைக்காரன், தனக்கு கீழானவர்கள், சம்பிரதாயங்கள், வழக்கங்கள், கால்கள், வெளியே தெரியும் நரம்பு, பழைய பொருள், குப்பைகள், கருப்பசாமி, கூரையில்லா தெய்வங்கள், நினைவு சின்னங்கள், ஆச்சார குறைவு, பூர்வ ஜென்மம், தொழில், மூத்த சகோதரர், சேவகன், கழுதை, எருமை, பிட்டம் (பின்புறம்), தாடை, பூட்டு, ஜீரண உறுப்பு, சாலை, வாயுசார் நோய், நிலக்கரி, எடுபிடி தன்மை, கால்நடைகள், கர்மா.

சனியால் ஏற்படும் தொழில்கள் :

1. நிலக்கரி வியாபாரம், 2. ஜெயிலில் வேலை, 3. தரிசு நிலம் வாங்கி/ விற்றல், 4. அதிக உடல் உழைப்பு உடைய வேலை, 5. சவம் அடக்கம், 6.கட்டிட வேலைகள், 7. விவசாயம், 8. குயவன், 9. தகரம் - இரும்பு சார் தொழில், 10. மூட்டை தூக்கல், 11. துப்புரவு பணி, 12. ஆடு, மாடு வியாபாரம், 13. செருப்பு தொழில், 14. எல்லா கூலி வேலைகள், 15.எண்ணெய் சார் தொழில் (டீசல், பெட்ரோல்...), 16. சாக்கு, நார், பழைய பொருள் தொழில், 17. பெயிண்ட், பழைய பொருள் மாற்றம், எலக்ட்ரீஷியன் தொழில் போன்றவை அடங்கும்.

8. ராகு :

ராகு-கேது இரண்டு கிரகமும் நிழல்/சாயா கிரகம் எனப்படும். இவை இரண்டும் எப்போதும் எதிர்திசையைக் குறித்து நகரும். எப்போதும் இயல்புக்கு மாறானவர்கள். இயற்கை முழு அசுப கிரகங்கள். ஆக தீமைகள் அதிக அளவு தருவார்கள். ஆனால்,

"ராகுவை போல் கொடுப்பார் இல்லை;

கேதுவை போல் கெடுப்பார் " இல்லை

இதன் மூலம் ராகு நன்மைகளை அதிகமாகவும், கேது அதிக தீமைகளை தருவதாகவும் உணரப்படும்.

ஆனால் அது உண்மையல்ல. ராகு-கேது இரண்டும் ஜோடி கிரகமா னாலும் இரண்டும் முற்றிலும் நேர்-எதிர் தன்மையுள்ள காரகங்களை குறிப்பவர்கள். உதாரணமாக மனிதனை சிந்திக்க விடாமல் தேக இச்சைக்குள் ஆழ்த்தி மோக மாயையை குறிக்கும் கிரகம் ராகுவாகும். அதே நேரத்தில் உலக சுகங்கள் அனைத்தையும் கடந்து தேகத்தை தாண்டிய மனிதனுள் குடிகொண்ட தெய்வீக ஜீவான்மா தன்மையை உணரவைக்கும் ஞான நிலைக்கு காரக கிரகம் கேதுவாகும். ராகு எப்போதும் ஒரு பிரம்மாண்ட செயல்களை குறிக்கும். ராகு தசை நடந்த காலத்தில் சுகம், பணம், புகழ், பிரபல்யம் இவற்றில் கோபுர உச்சியை அடைந்த பலரை நீங்கள் பார்த்திருப்பீர்கள். அதே நேரத்தில் சரியில்லா அமைப்பில் ராகு இருந்து தசை நடத்தும் காலங்களில் மிக மிக கடும் தொந்தரவை கொடுத்து குப்பையிலும் தூக்கி வீசுவார். நவகிரகங்களில் சூரியனை விட பலமானவை இந்த ராகு-கேது என்பதை சூரிய மற்றும் சந்திர கிரகணங்கள் நிகழும் காலங்களில் திங்கள் உணரலாம். ஆன்ம, மன காரகர்களையே மறைக்கும் பலம் பெற்ற இவர்கள் மனித கர்மாவை அழிப்பதிலும், பெருக்குவதிலும் முக்கிய பங்கு வகிக்கின்றன.

நவகிரகங்களில் அனைவரும் சனியைப் பார்த்து பயம் கொள்வது வழக்கம். ஆனால் ராகுவோ 10 சனிக்கும், 15 செவ்வாய்க்கும் சமமான தீமை செய்யும் கிரகமாவார். அதேபோல் இவர் நல்ல இடத்தில், நற்கிரக அமைப்பில் அமர்ந்தால் நாம் நினைக்கும் யோக கிரகங்களான குருவை விட 10 மடங்கு பெயர், பணம், புகழ், பதவியையும் சுக்கிரனை விட 10 மடங்கு பணம், சுகம், போகம் இவற்றையும் தருவார்.அப்பேற்பட்ட கிரகம் இந்த ராகு என்பதில் மாற்றம் இல்லை. கொடுப்பதானாலும் சரி, கெடுப்பதானாலும் சரி ராகுக்கு நிகர் ராகுவே ஆவார். இவரின் வேறு சில பெயர்கள்; பாம்பு, கரும்பாம்பு, நஞ்சு, பகை இன்னும் சில.

குணக்கேடு, திருடன், ஊரை விட்டு ஓடுவது, அன்னிய நாடு, அன்னிய கலாச்சாரம் எல்லா அன்னிய பொருட்கள், மதமாற்றம், வெளிநாடு போதல், சிறை தண்டனை, கடத்தல், பதுக்கல், மிரட்டல், எல்லா சட்டவிரோத செயல், மரணம், பாவம், கடும் நோய், கொடிய விசகிருமி, விசம், வஞ்சம், ஏமாற்றம், சண்டையிடல், விபத்து,

பொந்துகள், குழிகள், இருட்டான இடங்கள், முகம் சுளிக்கும் இடம், மனித தலையில்லா தெய்வம், சொரி - சிரங்கு, வலிப்பு, அலர்ஜி, தாத்தா, மது - மாது - சுகம், கொலை செய்தல், குழி பறித்தல், இரகசிய செயல்கள், மனசாட்சியற்று நடத்தல், போதைப் பொருட்கள், மயக்க பொருட்கள்.

ராகுவால் அமையும் தொழில் :

1. வட்டி தொழில், 2. அடகு தொழில், 3. மந்திர மாந்திரீகம் தொழில், 4. பரிகார ஜோதிடம், 5.விமான சார் தொழில், 6. மின்சார தொழில், 7.அலைந்து செய்யும் தொழில், 8. ஏமாற்றும் தொழில், 9. ரிப்பேர் (ரேடியோ, டி.வி), 10. விஷ மருந்து வழங்கல் தொழில், 11. மாயாஜால வித்தை, 12. போதைப் பொருள் விற்பனை, 13. உடல் விற்கும் தொழில், 14.அரசு/சட்ட விரோத தொழில், 15. கடத்தல், பதுக்கல் சார் தொழில், 16. கறிக்கடை (இறைச்சி), 17. அடிதடி, ரவுடி தொழில், கட்ட பஞ்சாயத்து, 18. ஏற்றுமதி, இறக்குமதி, 19. வெளிநாட்டுக்கு அனுப்பும் ஏஜன்ட், 20.கண்ணாடி, பீங்கான் சார் தொழில், 21. பணத்திற்காக அடி, கொலை, கொள்ளை, 22. மீடியா சார், இணையம் சார் தொழில்,

9. கேது :

கேது ஒரு சர்ப கிரகம் ராகுவைப் போலவே கிரக பலவரிசையில் முதலிடமும் இவருக்கே. ஆக ஜோதிடத்தில் ஒரு மனிதனின் ஜாதகத்தைக் கொண்டு ஒருவனின் கர்மா அடிப்படையில் பிறப்பு முதல் இறப்பு வரை உள்ள அனைத்தையும் ஒவ்வொரு சுக, துக்கத்தையும் 8 - கிரகங்கள் வழங்க கேது சற்றே அவர்களிடமிருந்து மாறுபட்டு ஜாதக கர்மா அழியும் நிலையை அதாவது பிறப்பும் இறப்பும் இல்லாத மோட்ச நிலையை குறிக்கிறார். ஆக ஞானகாரகன், மோட்சகாரகன் எனப்படும். புகழ் கேதுக்கே உரித்தானது. இவரும் ஒரு அலி கிரகம் ராகுவும்தான். இவரும் எதிர்திசையில் பயணம் செய்பவர். இவரின் வேறு சில பெயர்கள்; பாம்பு, கதிர்பகை, சிகி, ஞானி, செம்பாம்பு, பாம்பு போன்றவையாகும். 8 கிரகங்கள் வாழ்வுக்கு தேவையான முக்கிய விஷயங்களை மனிதனுக்கு தர இவர் ஞானம், பக்தி, மோட்சம், விருப்பு வெறுப்பற்ற மனம், சன்னியாசம், ஆன்ம சுகம், தெய்வ நிலை, ஆழ்மன பயிற்சி, குருநிலை இவற்றை தரும். ஒரு விசித்த செம்பாம்பு இந்த கேது உலக சுகத்தை நாடுபவர்களுக்கு கடும் (10 ராகுவுக்கு மேலான) பாவ கிரகமாகவும், இறைநிலையை நாடுபவர்களுக்கு 100 குருவுக்கு மேலான சுப கிரகமாக

வும் கேது அமைகிறார்.

சட்டம், ஒழுக்கம், விரக்தி, தனிமை, இறைசிந்தனை, உறவு பிரிதல், இயக்கங்கள், போராட்டம், பாட்டி, நரம்பு, கண்டறிய முடியா வியாதி, தையல், நெசவு, பின்னக்கூடிய பொருள், விநாயகர், அனுமன், கம்பிகள், ஊசிநூல், கோவில், தியானபீடம்.

கேதுவின் தொழில் :

1. நெசவு, தையல், 2. வக்கீல், 3. பஞ்சாயத்து சார் தொழில், 4.டைப்பிஸ்ட், 5. அறுவை சிகிச்சை, மருந்து வியாபாரம், 6. புகையிலை, பருத்தி, தேயிலை, காபி, 7. ஆன்மீக தொழில்கள், 8. வெளிநாட்டு தொழில், 9. சிமெண்ட், ரப்பர் தொழில், 10. பின்னல் (கூடை, வலை) தொழில்கள்.

பாவகம் மற்றும் அதன் காரகம்

அன்பு உறவுகளே, இதுவரை நாம் கிரகங்கள் மற்றும் அவர்களின் காரகங்கள் பற்றி பார்த்தோம். தற்போது 12- பாவகம் என்று சொல்லக்கூடிய 12-ஆதிபத்தியம் மற்றும் அவற்றின் காரகம் பற்றி விரிவாக பார்க்கலாம். ஜோதிடத்தில் பலன் சொல்ல ஒருவர் புலமைப் பெற வேண்டுமாயின் கிரக மற்றும் பாவ காரகங்களை அறிந்து வைத்திருக்க வேண்டியது அவசியம். கிரக காரகம் ஜாதகத்தின் இடக்கண் என்றால் பாவ காரகம் வலது கண்ணாகும்.

மனிதப் பிறப்பு முதல் இறப்பு வரை அவனது நகர்வு, பயன்பாடு, செயல்பாடு என அனைத்தையும் காரகத்தின் வாயிலாக சுட்டிக் காட்ட லாம். ஒரே செயல், பொருள், நிகழ்வுக்கு ஒரு கிரகமும் ஒரு பாவகமும் பொறுப்பாகிறது. உதாரணமாக, திருமணம் என எடுத்துக் கொண்டால் அதை குறிக்கும் காரக கிரகம் சுக்கிரன் (பெண்களுக்கு செவ்வாய்). அதேபோல் திருமணத்தைக் குறிக்கும் பாவகம் ஏழாமிடம். ஆக ஒரு நிகழ்வை இரண்டாக (அ) இரு வழியில் பார்க்கலாம். இது ஜாதகப் பலன் கூற பயன்படும்.

இந்த பாவகங்களுக்கு ஒரு கிரகம் அதிபதியாக வருவார். 12-பாவகங் களுக்கு கிரகங்கள் அதிபதியாக அமைவர். அவர்களுக்கு பாவகாதிபதி என்று பெயர். அவர்களின் ஆளுமை காலங்களில் அந்த பாவகம் சார்ந்த

பலன் ஜாதகருக்கு நடை பெறும்.

பன்னிரு பாவக காரகங்கள்:

1. முதல் பாவம்/லக்ன பாவம் : ஒரு ஜாதகத்தில் லக்கினம் எந்த ராசியில் அமைகிறதோ அதுவே முதல் பாவம் எனப்படும். அதனைக் கொண்டே 12 பாவகங்கள் அடையாளம் காட்டப்படும். எண் சான் உடலுக்கு தலையே பிரதானம் என்பர். அதுபோல் ஜாதகத்தின் லக்கினமே உயிர்நாடி(அ) மூலம் ஆகும். இது சூரிய நகர்வு அடிப்படையில் கணிக்கப்படும். லக்கினத்தை முதன்மையாக கொண்டே பிற அமைப்புகள் கணக்கிடப்படும்.

உடல். கனவு, வடிவம், தலைமுடி, பெருந்தன்மை, அங்க அடையாளம், தலை, புலன்கள், எண்ணம், நோய் எதிர்ப்புசக்தி, மனம், விதி, உயிர், உணர்வு, அழகு, குணம், பெயர், பழக்கம், புகழ், சுயமுயற்சி, அடையாளம், பிறப்பு, ஆயுள், ஜாதகர், ஜீவன், உடல் உறுதி.

2. இரண்டாம் பாவம் : லக்கின பாவத்தினை அடுத்ததாக அமையும். இதற்கு தன பாவம் என்று பெயர். இது ஒரு சுப வீடாகும். இதன் அடிப்படையிலே ஒருவரின் செல்வநிலை அமைகிறது. ஆக இந்த பாவகம் வலுபெற வேண்டியது அவசியமாகிறது. ஒருவரின் குடும்ப சூழலைப் பற்றியும் இதுவே விவரிக்கும். அவரின் சேமிப்பு, வாக்கின் பலம் இவற்றை தீர்மானிப்பது 2-ம் இடமே.

தனம், மாரகம், குடும்பம், சம்பாத்திய முறை, வாக்கு, முகம், வலதுகண், குழந்தையின் லாபம், அடிப்படைக் கல்வி, வாழ்க்கைத் துணையின் ஆயுள், வரவு, தந்தையின் கடன்நிலை, ஆடை ஆபரணம், குடும்ப வரவு, சொத்துக்கள், பொறுப்புகள், பாசம், பல்- கண்- வாய், உறவு, பேச்சு சாதுர்யம், மீசை - தாடி, பாடல், உமிழ்நீர், உணவு - மருந்து உண்ணல், சிரிப்பு.

3. மூன்றாம் பாவம் : தம்பி உடையான் படைக்கு அஞ்சான் என்பர். அந்த தம்பியை குறிக்கும் காரக பாவம் 3-ம் பாவம். அதே போல் ஒரு ஜாதகரின் தைரியம், வீரம், வீரியத்தன்மை, பயணம் இவற்றை குறிக்கும் பாவம் இதுதான். ஆக சகோதர ஸ்தானம், தைரிய வீரிய விஜய ஸ்தானம் எனப்படும்.

வெற்றி, போகம், சகோதரம் (இளைய), சங்கீதம், உடல்வலிமை, காது, உணவு பாத்திரம், பராக்கிரமம், தொழில் விருத்தி, தைரியம், எஜமான், நற்செயல், சவுகரியம், கழுத்து, குரல்வளை, சாமர்த்தியம், சண்டை, சிறுதூர பயணம், சொத்து விற்பது, வீடு மாற்றம், வாகன மாற்றம், கலைகள், கேட்டல், அடித்தல், உதைத்தல், உதவி, தகவல் தொடர்பு, வரவேற்பு.

4. நான்காம் பாவம் : ஒரு மனிதன் அனுபவிக்கும் சுகத்தையும் அதனால் வரும் மன நிறைவையும் இந்த பாவம் கூறுகிறது. ஆக சுகஸ் தானம் என அழைக்கப்படும். இந்த உலகிற்கு ஜாதகரை அறிமுகப்படுத்து வது தாயே ஆவாள். தாயாரை குறிப்பது இந்த இடமே. ஆக மாதுரு ஸ்தானம் எனப்படும். இந்த பாவகம் வலுவாக அமைந்தால் ஜாதகர் சுக போக வாழ்வு பெற்று மேன்மை அடைவார்.

கல்வி, வாகனம், சுப நிகழ்வு, வியாபாரம், வீடு, சுகம், தாய், உறவினர், புதையல், வளர்ப்புப் பிராணிகள், கிரகபிரவேசம், விநோதம், ஆலோசனை, விரதம், தோட்டம், வயல், சொத்து, ஒழுக்கம், பழக்க வழக்கம், வீட்டு உபயோகப் பொருட்கள் , படுக்கை, ஓய்வு அறை. சமையலறை, கால்நடைகள்.

5. ஐந்தாம் இடம் : இது லக்கினத்திற்கு திரிகோணத்தில் அமையும். 5-ம் இடம் நம் முன்ஜென்ம பாவ-புண்ணிய நிலைப்பாட்டை காட்டுவது ஆக இந்த பாவம் எந்த அளவு நலமாக அமைகிறதோ அந்த அளவு ஜாதகர் வாழ்வில் பலம் பெற்று விளங்குவர். ஆக பூர்வ புண்ணிய பாவம் என பெயர் பெற்றது. நமக்கு அடுத்ததாக நாம் பூமியில் விட்டுச் செல்லும் நம் தலைமுறையை இதுவே குறிக்கும். ஆக புத்திர பாவம் எனப்படும்.

புத்திரம், பூர்வ புண்ணியம், தாத்தா, சந்ததி, பிரபஞ்ச உணர்ச்சி, கர்ப்ப நிலை, மந்திர உபதேசம், வேத பயிற்சி,புத்தி, மனம், சிந்தனை ஆற்றல், நீதி சாஸ்திரம், புராணங்கள், மந்திர பிரயோகம், சுப வார்த்தை, கற்றுக் கொடுத்தல், புண்ணியம், இறையாற்றம், காதல், கலைகள், குலதெய்வம், தொப்புள் கொடி, ஜீரணம் நோய் எதிர்ப்பு சக்தி.

6. ஆறாம் பாவம் : ஆறாம் பாவம் என்பது ஜாதகத்தில் லக்கினம் எனப்படும் ஜாதகனுக்கு சற்று சில துன்பங்களை வழங்கும் பாவம். கடன், நோய், எதிரி ஆக இதை சத்துரு ஸ்தானம் என்பர். ஒருவரின் ஜாதகத்தில்

இந்த பாவம், பாவ அதிகதி லக்னம், லக்ன அதிபதியைவிட வலுபெறக் கூடாத என்பது முக்கிய விதி, வலு பெற்றால் ஜாதகருக்கு தலைவலியாக அமையும்.

கடன், நோய், எதிரி, ஆயுதம், தாயாதிகள், கலகம், உடல் வருத்தம், பண வரவு, திருடர் அச்சம், சிறை, நான்கு கால் ஜீவன், வேலை, சந்தேகம், துர் நிகழ்வு, வழக்கு, எதிரியின் பலம் போட்டி, விபத்து, பிரச்சனை, கடின உழைப்பு, அடிமைத்தன்மை, மந்த நிலை, கழிவுகள்.

7. ஏழாம் பாவம் : ஏழாமிடம் ஆண்/பெண் இருவருக்கும் களத்திரம் எனப்படும் திருமணம் மற்றும் வாழ்க்கை துணை பற்றி உரைக்கும் இடமாகும். களத்திர ஸ்தானம் என பெயர். அதேபோல் பொதுவாகவே எல்லோருக்கும் இது மாரக ஸ்தானம் எனவும் அழைக்கப்படுகிறது. இதன் அதிபதி எப்போது பெரிய பலம் அடையாமலும் அதே நேரத்தில் வலு இழக்காமலும் நட்பு, சமம் போன்ற பலங்களில் அமைவது சிறப்பு.

திருமணம், சிற்றின்பம், வழக்கு, சுற்றம், சன்மானம், கூட்டுத் தொழில், திருமண காலம், மனைவி, கணவன், போக சக்தி, இல்லற சுகம்-துக்கம், இரண்டாம் குழந்தை, மாரகம், வெளிநாட்டு வருமானம், பொதுஜன தொடர்பு, பிரபல்லியதன்மை, தொழில் நண்பர்கள், தாய் வழி சொத்து, தந்தையால் லாபம், சமூகத் தொடர்பு, படுக்கை அறை, இனவிருத்தி உறுப்புகள், தாம்பத்தியம், சகோதரனின் குழந்தை.

8. எட்டாம் பாவம் : ஜாதகத்தில் 8-மிடம் மிக மிக முக்கியம். அதே சமயம் சனி என்றால் எப்படி அனைவர்க்கும் ஒருவித பயம் உண்டோ அதுபோல எட்டாம் இடம் என்றாலும் ஒரு வித பீதி மக்களிடம் உண்டு. லக்னம் என்பது உயிர் என்றால், 8-மிடம் மரணம். லக்னம் என்பது ஆரம்பம் என்றால் 8-மிடம் முடிவு. லக்னத்தின் அனைத்து காரகங்களும் இந்த எட்டாம் பாவத்தில் அடி வாங்கும். எந்த நிலையிலும் 8-ம் அதிபதியாக வரும் கிரகம் அதிக பலம் பெறுவது சிறப்பு இல்லை.

காயம், சண்டை - அடிதடி, மேலிருந்து விழல், விபத்து, வீண் பழி, மீளா நோய், காரியத்தடை, நீங்காத கவலை, நீங்கா துன்பம், மானக் குறைவு, நஷ்டம் - இழப்பு, வீண் அலைச்சல், பாவம், நீங்கா பகை, யுத்த பூமி, அஞ்ஞானம், இருள், ஆயுள் பயம், கழிவு நீக்க இடம், விஷம், மரணம், ஆயுள், திடீர் அதிர்ஷ்டம், சட்ட விரோத வருவாய், விஷப்பூச்சிகள், மறைபொருள், மாயாஜாலம்.

9. ஒன்பதாம் பாவம் : ஜாதகத்தில் லக்னத்திற்கு அடுத்ததாக முக்கிய பாவம் 9-ம் இடம். இது இந்த வாழ்வில் ஜாதகர் அனுபவிக்கப் போகும் பாக்கியங்களை பற்றி பேசும் இதன் அதிபதியும் இந்த பாவகமும் வலுபெறுவது மிகப்பெரிய யோகம். இது ஜாதகருக்கு தனித்த அந்தஸ்தை ஏற்படுத்தும். இறைவனின் அருள் கிடைக்க வழிவகுக்கும். இந்த பாவம் வலுக்க ஜாதக அமைப்பில் உய்ய தோஷங்கள் கூட கட்டுப்படும்.

தந்தை, குலவிருத்தி, அறம், ஆசிர்வாதம், இறையருள், புண்ணியம், மடாதிக்கம், மேலான தருமம், குளம், கோயில், திருப்பணிகள், சேவைகள், பொதுநலம், தான - தர்மம், தர்ம சிந்தனை, குரு, குரு உபதேசம், சாஸ்திர ஞானம், ஆச்சாரம், ஞானம், உயர்கல்வி, யாத்திரை (புனித) பட்டாபிஷேகம், விதாரணம், அறிவு, சமூக அந்தஸ்து, பதவி உயர்வு, உத்தியோக மாற்றம், பெயர் - புகழ், கௌரவ பொறுப்பு.

10. பத்தாம் பாவம் : பத்தாமிடம் ஒரு மனிதனுக்கு மிக முக்கிய பாவம். தனம் இல்லார்க்கு இவ்வுலகு இல்லை என்கிறார் வள்ளுவர். ஆக தனத்தின் ஆதாரம் உத்தியோகம். அது இந்த பாவமே. எந்த கடைநிலை சூழலில் பிறந்தவர்க்கும் லக்னம் வலுத்து பத்தாமிடமாகிய கர்மஸ்தானம் வலுபெற உயர்நிலை பதவி அந்தஸ்தை பெறுகின்றன. இந்த பாவமே மனிதனின் மதிப்பை உயர்த்தி பிடிக்கிறது.

பல புண்ணியம், இராஜாதிக்கம், நகரம், காரிய கருமம், கிருபை, தெய்வம், பிரபலம், பெயர் - புகழ், மானம், மழை, ஜீவனம், கர்மம், பதவிகள், கால் மூட்டு, உழைப்பு, சுயதொழில், மகனின் உத்தியோகம், மனைவி வழி சொத்து, குடும்ப புண்ணியம், தகப்பனின் வருவாய்.

11. பதினொன்றாம் பாவம் : ஒரு ஜாதகத்தில் கண்ணை மூடிக் கொண்டு ஒரு நல்ல பாவம் சொல்லுங்க என்றால் அனைவரும் சொல்வது 11-ம் பாவமே. காரணம் அனேக நற்பலன்கள் இந்த பாவத்தில் உண்டு. இதன் சிறப்பே இந்த பாவத்தின் ஏதேனும் ஒரு தீய பலன் ஜாதகருக்கு நடக்கிறது என்றால் கூடவே நன்மை நடக்கும். இதில் எத்தனை கிரகம் அமர்ந்தாலும் சிறப்பே என்கிறது ஜோதிடம்.

மூத்த சகோதரம், பணி செய்வோர், இளைய மனைவி, தெளிந்த அறிவு, மன மகிழ்வு, காரிய சித்தி, லாப காரியம், தொழில் லாபம், நட்ட தன பிராப்தி, பிரீதி, வெற்றி, நோய் நிவாரணம், மருத்துவ வெற்றி, சத்ரு ஜெயம், கடன் தீரல், மனைவியின் பூர்வ புண்ணியம், அனைத்து வித சுகம்.

12. பன்னிரெண்டாம் பாவம் : ஒருவர் ஜாதகத்தில் 12-மிடம் என்பது விரயம் என்று அழைக்கப்படும். இந்த பாவம் எந்த அளவு வலுபெறு கிறதோ, அந்த அளவு ஜாதகர் வாழ்வில் விரயம் செய்வார். அது சுப விரயமா, அசுப விரயமா என்பது அமரும் கிரகத்தைப் பொறுத்து அமையும். 12-ல் உள்ள கிரகத்தின் காரக உறவுகளுக்கு ஜாதகர் செலவு செய்வார்.

செலவுகள், மருத்துவம், வெளிநாடு வாழ்வு, கட்டில் சுகம் (தூக்கம்), போக சுகம், மறுபிறப்பு, தானம், கொடை, வேள்வி, பாதம், பயணம், அலைச்சல்.

இந்த பாவம் வலுபெறுவது சிறப்பு இல்லை.

நவகிரகங்கள் சார்ந்த தகவல்கள்

1. சூரியன் :

நிறம் - வெண்மை, ஆரஞ்சு, சிவப்பு, மலர் - செந்தாமரை, இரத்தினம் - மாணிக்கம், சமித்து - எருக்கு, உலோகம் - தாமிரம், தானியம் - கோதுமை, சுவை - காரம், பிணி - பித்தம், உடல் உறுப்பு - வயிறு, வலது கண், பாலினம் - ஆண், உயரம் - சமம், திசை - கிழக்கு, பஞ்சபூதம் - நெருப்பு, வாகனம் -தேர், மயில், தேவதை - சிவன், நெருப்பு கடவுள், வகுப்பு - சத்திரியன், பார்வை - 7ம் பார்வை, மறைவு - 6,8,12 ம் இடங்கள், சஞ்சார காலம் - 1 மாதம், இருப்பிடம் - தேவாலயம்.

நட்சத்திரங்கள் - கிருத்திகை, உத்திரம், உத்திராடம், தசை ஆண்டு - 6 வருடங்கள், ஆட்சி வீடு - சிம்மம், உச்ச வீடு - மேஷம், நீச வீடு - துலாம், மூலத் திரிகோணம் - சிம்மம், நட்பு வீடு - விருச்சிகம், தனுசு, மீனம், பகை வீடு - ரிஷபம், மகரம், கும்பம், சமம் வீடு - மிதுனம், கடகம், கன்னி, நட்பு கிரகங்கள் - சந்திரன், செவ்வாய், குரு, பகை கிரகங்கள் - சந்திரன், சனி, ராகு, கேது, காரகம் - தந்தை, ஆத்மா, ஆலயம் - ஆடுதுறை, உறவினர் - அப்பா, மாமனார், இடங்கள் - அரசு சார் இடங்கள், தொழில்கள் - அரசு, அதிகாரம், ஆசனம் - வட்ட வடிவம், தேசம் - கலிங்கம், ருது பாவம் - கிரீஷ்ம ருது, குணம் - தாமஸம்.

2. சந்திரன் :

நிறம் - வெள்ளை, குணம் - சாத்வீகம், மலர் - வெள்ளை அல்லி, இரத்தினம்-முத்து, சமித்து - முறுக்கு, உலோகம் - ஈயம், தானியம் - நெல்,

சுவை- இனிப்பு, பிணி - சிலேத்துமம், உடல் பாகம் - முழு உடல், பாலினம் - பெண், வடிவம் - குட்டை, திசை - வடமேற்கு, பஞ்சபூதம் - நீர், வாகனம் - முத்து விமானம், ருது காலம் - வர்ஷ ருது,தேவதை - பார்வதி, சாந்தமான அம்பாள், தேசம் - யவன தேசம், ஆசனம் - செவ்வக வடிவம், ஜாதி (வகுப்பு) - வைசியன், பார்வை - 7-மிடம், மறைவிடம் - 3,6,8,12-ம் இடம், இருப்பிடம் - தண்ணீர் உள்ள இடம், சஞ்சார காலம் - 2.1/4 நாள், நட்சத்திரங்கள் - ரோகிணி, அஸ்தம் திருவோணம், தசை ஆண்டு - 10 வருடம், ஆட்சி வீடு - கடகம், உச்ச வீடு - ரிசபம் (ரிஷபம்), நீச வீடு -விருச்சிகம், மூலத் திரிகோணம் - ரிஷபம், நட்பு வீடு - மிதுனம், சிம்மம், கன்னி, சம வீடு - மேஷம், துலாம், மகரம், பகை வீடு - ......இல்லை, நட்பு கிரகம் - சூரியன், புதன், பகை கிரகம் - ராகு, கேது, சம கிரகம் -செவ்வாய், குரு, சுக்கிரன், காரகம்- மனம், தாய், ஆலயம் - திருப்பதி, திங்களூர், உறவினர் - அம்மா, மாமியார், தொழில் - உணவு, விவசாயம், அரசு.

3. செவ்வாய் :

நிறம் - சிவப்பு, குணம் - குரூரன் (தாமஹம்), மலர் - செண்பகம், இரத்தினம் - பவளம், சமித்து - கருங்காலி, உலோகம் - செம்பு, தானியம் - துவரை, சுவை - துவர்ப்பு, பிணி - பித்தம், உடல் அங்கம் - மார்பு,எலும்பு, பாலினம் - ஆண், வடிவம் - குட்டை, திசை - தென்பகுதி (தெற்கு), பஞ்சபூதம் - நெருப்பு, வாகனம் - அன்னப்பறவை, ருது பருவம் - கிரீஷ்ம ருது, தேவதை - முருகன், தேசம் - அவந்தி, ஆசனம் - முக்கோணம், ஜாதி - சத்ரியன்,பார்வை - 4,7,8 மிடம், மறைவு - 6,8,12-மிடம், இருப்பிடம் - வெப்பமான இடம், சஞ்சாரம் - சுமார் 1.5 மாதம் (11/2 மாதம்), நட்சத்திரம் - மிருகசீரிடம், சித்திரை, அவிட்டம், தசை வருடம் - 7 ஆண்டு, ஆட்சி வீடு - மேஷம், விருச்சிகம், உச்ச வீடு - மகரம், நீச வீடு - கடகம், மூலத் திரிகோணம் - மேஷம், நட்பு வீடு - சிம்மம், தனுசு, மீனம், சம வீடு - ரிஷபம், துலாம், கும்பம், பகை வீடு - மிதுனம், கன்னி, நட்பு கிரகம் - சூரியன், சந்திரன், குரு, பகை கிரகம் - புதன், ராகு, கேது, சம கிரகம் - சுக்கிரன், சனி, காரகம் - பூமிகாரகன், ஆலயம் - வைத்தீஸ்வரன் கோயில், உறவு - சகோதரம், தொழில் - நிர்வாகம், மருத்துவம்.

4. புதன் :

நிறம் - பச்சை, குணம் - சௌமியம், மலர் - வெண்காந்தள், இரத்தினம் - மரகத பச்சை, சமித்து - நாயுருவி, உலோகம் - பித்தளை, தானியம் - பச்சைப்பயிறு, சுவை - உப்பு, பிணி - வாதம், உடல் உறுப்பு - தோல்,

பாலினம் - அலி, வடிவம் - நெட்டை, திசை - வடக்கு,பஞ்சபூதம் - காற்று, வாகனம் - குதிரை,ருது - சரத் ருது, தேவதை - மகாவிஷ்ணு, தேகம் - மகதம், ஆசனம் - அம்பு வடிவம், ஜாதி - வைச்யன், பார்வை - 7-மிடம், மறைவு - 3,6,8,12ம் இடம், இருப்பிடம் - விளையாட்டு மைதானம், சஞ்சாரம் - 1 மாதம், நட்சத்திரம் - ஆயில்யம், கேட்டை, ரேவதி, தசை வருடம் - 17 ஆண்டுகள், ஆட்சி வீடு - மிதுனம், கன்னி, உச்ச வீடு- கன்னி, நீச வீடு - மீனம், மூலத்திரிகோணம் - கன்னி, நட்பு வீடு - ரிசபம், சிம்மம், துலாம், சம வீடு - மேஷம், தனுசு, மகரம், கும்பம், பகை வீடு - கடகம், நட்பு கிரகம் - சூரியன், சுக்கிரன், பகை கிரகம் - சந்திரன், சம கிரகம் - செவ்வாய், குரு; சனி, ராகு, கேது, காரகம் - வித்தியாகாரகன், ஆலயம் - திருவெண்காடு, மதுரை சொக்கநாதர், உறவு -தாய் மாமா, சகோதரி, தொழில் - ஆசிரியர், கணிதம்.

5.குரு:

நிறம் - மஞ்சள், குணம் - சௌமியம், மலர் - முல்லை, இரத்தினம் - புஷ்பராகம், சமித்து - அரசு, உலோகம் - தங்கம், தானியம் - கொண்டைக்கடலை, சுவை - இனிப்பு, பிணி - வாதம், உடல் உறுப்பு - பாதம், பாலினம் - ஆண், வடிவம் -நெட்டை, திசை - வடகிழக்கு, பஞ்சபூதம் - நிலம், வாகனம் - யானை, ருது - ஹேமந்தருது, தேவதை - தட்சிணாமூர்த்தி, தேசம் - சிந்து, ஆசனம் - நீள் செவ்வகம், ஜாதி - பிராமணம், பார்வை - 5,7,9ம் இடம் , மறைவு - 3, 6,8, 12- ம் இடம், இருப்பிடம் - கஜானா, சஞ்சாரம் - 1 வருடம், நட்சத்திரம் - புனர்பூசம், விசாகம், பூரட்டாதி, தசை வருடம் - 16 ஆண்டுகள், ஆட்சி வீடு - தனுசு, மீனம், உச்ச வீடு, கடகம், நீச வீடு - மகரம், மூலத்திரிகோணம் - தனுசு, நட்பு வீடு - மேஷம், சிம்மம், விருச்சிகம், சம வீடு - கும்பம், பகை வீடு - ரிஷபம், மிதுனம், துலாம், நட்பு கிரகங்கள் - சூரியன், சந்திரன், செவ்வாய், பகை கிரகங்கள் - புதன், சுக்கிரன், சம கிரகங்கள் - சனி, ராகு, கேது, காரகம் - தனகாரகன், ஆலயம் - ஆலங்குடி, திருச்செந்தூர், உறவு - மகன், ஆசான், தொழில் - கணக்கு, ஆசிரியர், நகை சார் தொழில்.

6. சுக்கிரன் :

நிறம் - வெள்ளை, குணம் - சௌமியம், மலர் - வெண்தாமரை, இரத்தினம் - வைரம், சமித்து - அத்தி, உலோகம் - வெள்ளி, தானியம் - மொச்சை, சுவை - இனிப்பு, பிணி - சிலேத்துமம், உடல் உறுப்பு - முகம்,

பாலினம் - பெண், வடிவம் - சமம், திசை - தென்கிழக்கு, பஞ்சபூதம் - நீர், வாகனம் - கருடன், ருது - வஸந்தம் ருது, தேவதை - லட்சுமி, தேசம் - கீகட தேசம், ஆசனம் - ஐங்கோண வடிவம், ஜாதி - பிராமணம், பார்வை - 7ம் பார்வை, மறைவு - 3,8ம் இடம், இருப்பிடம் - படுக்கை அறை, சஞ்சார காலம் - 1 மாதம், நட்சத்திரம் - பரணி, பூரம், பூராடம், தசை வருடம் - 20 ஆண்டுகள், ஆட்சி வீடு - ரிசபம், துலாம், உச்ச வீடு - மீனம், நீச வீடு - கன்னி, மூலத் திரிகோணம் - துலாம், நட்பு வீடு - மிதுனம், தனுசு, மகரம், கும்பம், சம வீடு - மேஷம், விருச்சிகம், பகை வீடு - கடகம், சிம்மம், நட்பு கிரகம் - புதன், சனி, ராகு, கேது, பகை கிரகம் - சூரியன், சந்திரன், சம கிரகம் - செவ்வாய், குரு, காரகம் - திருமண காரகர், ஆலயம் - ஸ்ரீரங்கம், உறவு - மனைவி, சகோதரி, தொழில் - நகை, உணவகம், விடுதி.

7. சனி :

நிறம் - கருப்பு/கருநீலம், குணம் - ருத்ரம், மலர் - கருங்குவளை, இரத்தினம் - நீலம், சமித்து - வன்னி மரம், உலோகம் - இரும்பு, தானியம் - எள், சுவை - கசப்பு, பிணி - வாதம், உடல் உறுப்பு - கால்கள், பாலினம் - அலி, வடிவம் - குட்டை, திசை - மேற்கு, பஞ்சபூதம் - ஆகாயம், வாகனம் - காகம், ருது - சிசிர ருது, தேவதை - எமன், தேசம் - சௌராஷ்டிரம், ஆசனம் - வில் வடிவம், ஜாதி - சூத்திரர், பார்வை - 3,7,10ம் இடம், மறைவு - 6,8,12ம் இடம், இருப்பிடம் - குப்பை நிறைந்த/அழுக்கான இடம், சஞ்சாரம் - 2 1/2 ஆண்டு, நட்சத்திரம் - பூசம், அனுசம், உத்திரட்டாதி, தசா வருடம் - 19 ஆண்டுகள், ஆட்சி வீடு - மகரம், கும்பம், உச்ச வீடு - துலாம், நீச வீடு - மேஷம், மூலத்திரிகோணம் - கும்பம், நட்பு வீடு - ரிஷபம், மிதுனம், கன்னி, சம வீடு - தனுசு, மீனம், பகை வீடு - கடகம், சிம்மம், விருச்சிகம், நட்பு கிரகம் - புதன், சுக்கிரன், ராகு, கேது, பகை கிரகம் - சூரியன், சந்திரன், செவ்வாய், சம கிரகம் - குரு, காரகம் - ஜீவனகாரகன், ஆயுள்காரகன், ஆலயம் - திருநள்ளாறு, உறவு - வேலையாள், சித்தப்பா, தொழில் - அடிமைத் தொழில்.

8. ராகு :

நிறம் - கருப்பு, குணம் - குரூரர், மலர் - அருகு, இரத்தினம் - கோமேதகம், சமித்து - மந்தாரை, உலோகம் - கருங்கல், தானியம் - உளுந்து, சுவை - புளிப்பு, பிணி - பித்தம், உடல் உறுப்பு - பெருங்குடல்,

பாலினம் - பெண், வடிவம் - நெட்டை, திசை - தென்மேற்கு, பஞ்சபூதம் - நெருப்பு, காற்று, வாகனம் - ஆடு, தேவதை - பத்ரகாளி, துர்க்கை, ஆசனம் - கொடி வடிவம், ஜாதி - சங்கிரம ஜாதி, இருப்பிடம் - கரையான் புற்று, சஞ்சாரம் - 1 1/2 ஆண்டு, நட்சத்திரம் - திருவாதிரை, சுவாதி, சதயம், தசை ஆண்டு - 18 ஆண்டு, நட்பு வீடு - மிதுனம், கன்னி, துலாம், தனுசு, மகரம், மீனம், பகை வீடு - மேஷம், கடகம், சிம்மம், கும்பம், நட்பு கிரகம் - சுக்கிரன், சனி, பகை கிரகம் - சூரியன், சந்திரன், செவ்வாய், சம கிரகம் - புதன், குரு, காரகம் - மரண காரகன், ஆலயம் - திருநாகேஸ்வரம், காளஹஸ்தி, தொழில் - சட்டவிரோத தொழில், உறவு - தாத்தா, மூதாதையர்.

9. கேது :

நிறம் - பல வண்ணம், குணம் - குரூரர், லர் - சிவப்பு அல்லி, இரத்தினம் - வைடூரியம், சமித்து - தர்ப்பை, உலோகம் - துருக்கல், தானியம் - கொள்ளு, சுவை - புளிப்பு, பிணி - பித்தம், உடல் உறுப்பு - நரம்பு மண்டலம், பாலினம் - அலி, வடிவம் - நெட்டை, திசை - தென்மேற்கு, பஞ்சபூதம் - நெருப்பு, காற்று, வாகனம் - சிங்கம், தேவதை - சித்ரகுப்தன், பிள்ளையார், ஆசனம் - முச்சில் வடிவம், ஜாதி - சங்கிரம ஜாதி, இருப்பிடம் - இருளான இடம், மடம், சஞ்சாரம் - 1 1/2 ஆண்டு, நட்சத்திரம் - அஸ்வினி, மகம், மூலம், தசை வருடம் - 7 ஆண்டு, ஆட்சி நட்பு வீடு - மிதுனம், கன்னி, துலாம், தனுசு, மகரம், மீனம், பகை வீடுகள் - மேஷம், கடகம், சிம்மம், கும்பம், நட்பு கிரகம் - சுக்கிரன், சனி, பகை கிரகம் - சூரியன், சந்திரன், செவ்வாய், சம கிரகம் - குரு, புதன், காரகர் - ஞானம், மோட்ச காரகன், ஆலயம் - காளஹஸ்தி, கீழ்பெரும்பள்ளம், உறவு - பாட்டி, தொழில் - சட்டம், மருத்துவம்.

நவ கிரக பலங்கள்

நவகிரகங்கள் 12 ராசிகளில் அமர்வதை பொருந்து ஷட்பலம் எனப்படும் 6 வித பலங்கள் பெற்று திகழும். ஆனால் பலன் கணிக்கும் போது ஒரு கிரகத்தின் ஸ்தான பலம், திக் பலம், திருக் பலம் மிக முக்கியமானதாக கருதப்படும். அவற்றை விளக்கப்படமாக காணலாம்.

1. ஸ்தான பலம் : ஸ்தானம் - இடம். அமர்ந்த இடத்தால் ஒரு கிரகம் பெரும் பலம் ஆகும். இது மிக முக்கிய பலம். இது உச்சம், மூலத்திரிகோணம் ஆட்சி, நட்பு, சமம், பகை, நீச்சம் (நீசம்) என இறங்கு வரிசையில் அமையும். இதில் உச்சம் என்பது கிரகம் பெரும் அதிகபட்ச ஸ்தானபலம்.

உதாரணம் : உச்சம் - 100%, மூலத்திரிகோணம் - 85%, ஆட்சி - 75%, நட்பு - 50%, சமம் - 40%, பகை - 20%, நீசம் - 0% என கொள்ளலாம். (ஒரு புரிதலுக்காக)

சுக்கிரன்	சூரியன்	சந்திரன்	
	உச்ச வீடு		குரு
செவ்வாய்			
		சனி	புதன்

குரு	செவ்வாய்	சுக்கிரன்	புதன்
சனி	**ஆட்சி வீடு**		சந்திரன்
சனி			சூரியன்
குரு	செவ்வாய்	சுக்கிரன்	புதன்

சுக்கிரன்	சனி		
	நீச வீடு		செவ்வாய்
குரு			
	சந்திரன்	சூரியன்	சுக்கிரன்

ஒரு கிரகம் தன் உச்சவீட்டிலிருந்து நேர் எதிர் (7-ம் வீட்டில்) நீசம் பெறும்).

ஸ்தான பலம் பெற்ற கிரகம் தன் காரகங்களை ஜாதகருக்கு பலமாக வழங்கும் என்பது விதி. நீச கிரகத்தின் காரகங்களை பெறுவதில் ஜாதகர் சிரமங்களை சந்திப்பார்.

2. திக்பலம் : திக் என்றால் திசை குறிக்கும். ஒவ்வொரு கிரகமும் ஒரு குறிப்பிட்ட திசை மற்றும் பொழுதில் பலம் பெறும். அதன் அடிப்படையில் இந்த கிரகம் பலமடையும். திக்பலம் பெற்ற கிரகமும் தன் காரகங்களை ஜாதகருக்கு பலமாக தரும். ஸ்தான பலத்தில் பலமிழந்த கிரகம் திக்பலம் அடைந்தால் அது பலம் பெற்றதாகவே கருதப்படும். திக்பலம் என்பது ஒரு கிரகம் ஆட்சி பெற்றதற்கு இணையான பலமாகும். இந்த திக்பலம் கேந்திரம் எனப்படும் 1, 4,7,10-ல் மட்டும் அமையும். உதாரணம் : மேஷம் லக்னம் எனக் கொள்வோம்.

	ல குரு புதன்		
			சந்திரன் சுக்கிரன்
சூரியன் செவ்வாய்	இராசி		
		சனி	

1-ல் குரு, புதன், 4-ல் சந்திரன், சுக்கிரன், 7-ல் சனி, 10-ல் சூரியன், செவ்வாய், திக்பலம் (ராகு-கேது-க்கு திக்பலம் இல்லை)

திருக் பலம் : திருக் - பார்வை.

ஒரு கிரகத்தின் பார்வையால் மற்றொரு கிரகமோ (அ) பாவமோ பெறும் பலம். எப்போது ஒரு ஜாதகத்தில் இயற்கை சுபர்கள் எனப்படும் குரு, சுக்கிரன், தனித்த புதன், வளர்பிறை சந்திரன் இவர்களின் பார்வை பெரும் கிரகமோ/பாவமோ பலம் பெறும். அதே போல் குறிப்பிட்ட லக்னத்தின் 9-ம் அதிபதி எனும் பாக்கியாதிபதி பார்வை பெறும் இடமும்,

கிரகமும் பலம் பெறும். இதை திருக் பலம் என்பர். இதை அறிய கிரகங்களின் பார்வைகள் பற்றி தெரிய வேண்டும்.

கிரகம்		பார்வை
சூரியன்	-	7
சந்திரன்	-	7
செவ்வாய்	-	4, 7, 8
புதன்	-	7
குரு	-	5, 7,9
சுக்கிரன்	-	7
சனி	-	3, 7,10

(இராகு - கேது பார்வை இல்லை)

12 ராசிகள் சார்ந்த தகவல்கள்

1. மேஷம் :

இராசி மண்டலத்தின் முதல் ராசி இதுவே. வான மண்டலத்தில் இதன்தோற்றம் ஆ தலை போன்றது. இதன் அளவு 360^0யில் 0^0- 30^0 வரை வியாபித்து காணப்படும். இதனுள் அஸ்வினி நட்சத்திரம் $13^0$20'யும், பரணி நட்சத்திரம் அடுத்த 13^0 20'யும், கிருத்திகை, நட்சத்திரம் இறுதி 3^0 20'யும் என பகுந்து இருக்கும். இதன் அதிபதி செவ்வாய். சூரியன் இந்த ராசியில் பயணம் செய்யும் காலமே சித்திரை மாதம்.

உருவம் - ஆடு, நிறம் - சிவப்பு, உடலில் அங்கம் - தலை, பாலினம் - ஆண், தன்மை - சரம், ஒற்றைப்படை, தத்துவம் - நெருப்பு, திசை - கிழக்கு, இடம் - காடு பகுதி, குணம் - ருத்ரம், இறைவன் - பிரம்மா, தாது - தாது, புருஷார்தம்- தர்மம்.

2. ரிஷபம் :

இது ராசி மண்டலத்தின் இரண்டாவது ராசியாம். வான்மண்டலத்தில் காளை போல் தோற்றம். இதன் அளவு 30^0 - 60^0 ஆகும். இதில் முதல் 10^0 - கிருத்திகை நட்சத்திரமும் அடுத்த 13^0 20' - ரோகிணி நட்சத்திரமும், இறுதி 6^0 40' மிருகசீரிஷம் நட்சத்திரமும் அமையப் பெற்று உள்ளது. இதன் அதிபதி சுக்கிரன் ஆவார். சூரியன் இந்த ராசியில் பயணம் செய்யும்

காலம் வைகாசி மாதம் எனப்படும்.

உருவம் - காளை மாடு, நிறம் - வெண்மை, அங்கம் - முகம், பாலினம் - பெண், தன்மை- ஸ்திரம், இரட்டைப்படை, தத்துவம் - நிலம், திசை - தெற்கு, இடம் - விளைச்சல் நிலம், குணம் - சௌம்யம், இறைவன் - விஷ்ணு, தாது - மூலம், புருஷார்தமம் - அர்த்தம்.

3. மிதுனம் :

ராசி மண்டலத்தின் மூன்றாவது ராசி இதுவாகும். இரட்டையர்கள் போல் வான மண்டலத்தில் காட்சி தரும். 60^0 - 90^0 இதன் அளவாகும். இதில் முதல் 6^0 $40'$ -மிருகசீரிஷம் நட்சத்திரமும், அடுத்த 13^0 20’ திருவாதிரை நட்சத்திரமும் அடுத்த 10^0 புனர்பூசம் நட்சத்திரமும் வியாபித்திருக்கும். இதன் அதிபதி புதன் ஆவார். இந்த ராசியில் சூரியன் பயணம் செய்யும் காலம் ஆனி மாதம் ஆகும்.

உருவம் - இரட்டையர், நிறம் - கருமை, அங்கம் - மார்பு, காது, பாலினம் - ஆண், தனிமை - உபயம், ஒற்றைப்படை, தத்துவம்- காற்று, திசை - மேற்கு, இடம் - நகரம், குணம் - குரூரம், இறைவன் - சிவன், தாது - ஜீவன், புருசார்தமம் - காமம்.

4. கடகம் :

ராசி மண்டலத்தில் 4-வது ராசியாகும். இது நண்டு போல் காட்சி தரும் வான மண்டலத்தில் 90^0 - 120^0 வரை இதன் அளவு விரிந்துள்ளது. இதில் முதல் 3^0 20’ புனர்பூசம் நட்சத்திரமும், அடுத்த 13^0 20’ பூசம் நட்சத்திரமும், அடுத்த 3^0 20’ ஆயில்யம் நட்சத்திரமும் நிறைந்துள்ளது. இதன் அதிபதி சந்திர பகவான் ஆவார். இந்த ராசியில் சூரியன் செல்லும் காலமே ஆடி மாதம் எனப்படுகிறது.

உருவம் - நண்டு, நிறம் - வெண்மை, அங்கம் - இதயம், பாலினம் - பெண், தன்மை - சரம், இரட்டைப்படை, தத்துவம் - நீர், திசை -வடக்கு, இடம் - வயல், குணம் - சௌமியம், இறைவன்-பிரம்மா, தாது-தாது, புருசார்தமம்- மோட்சம்.

5. சிம்மம் :

ராசி மண்டலத்தின் ஐந்தாவது ராசி சிம்மம். இது வான்மண்டலத்தில் சிங்கம் போல் தோற்றம் அமைந்துள்ளது. இதன் வான் மண்டல அளவு

120^0 முதல் 150^0 வரையாகும். முதல் 13^0 20’ மகம் நட்சத்திரமும் அடுத்த 13^0 20’ பூரம் நட்சத்திரமும் இறுதி 3^0 20’ உத்திரம் நட்சத்திரமும் வியாபித்து இருக்கும். இதன் அதிபதி சூரியன் ஆவார். இந்த ராசியில் சூரியன் பயணிக்கும் காலம் ஆவணி மாதம் ஆகும்.

உருவம் - சிங்கம், நிறம் - சிவப்பு, அங்கம் - வயிறு, பாலினம் - ஆண், தன்மை - ஸ்திரம், ஒற்றைப்படை, தத்துவம் - நெருப்பு, திசை - கிழக்கு, இடம் - மலைசார் இடங்கள், குணம் - ருத்ரம், இறைவன் -விஷ்ணு, தாது - மூலம், புருசார்த்தம் - தர்மம்.

6. கன்னி :

ராசி மண்டலத்தில் ஆறாவது ராசி இதுவாகும். இதன் அளவு 150^0 - 180^0 வரை நிறைந்தது. இது ஒரு பெண் குடம் சுமந்துள்ளது போல் வான் மண்டலத்தில் காட்சி தரும். இதில் முதல் 10^0 - உத்திரம் நட்சத்திரமும் அடுத்த 13^0 20’ அஸ்தம் நட்சத்திரமும், அடுத்த 6^0 40’ சித்திரை நட்சத்திர மும் அமைந்துள்ளது. இதன் அதிபதி புதன் ஆவார். இந்த ராசியில் சூரியன் பயணப்படும் காலமே புரட்டாசி மாதம் ஆகும்.

உருவம் - குடத்துடன் பெண், நிறம் - கருமை, அங்கம் - இடுப்பு, பாலினம் -பெண், தன்மை - உபயம், இரட்டைப்படை, தத்துவம் - நிலம், திசை - தெற்கு, இடம் - நகரம், குணம் - சௌமியம், இறைவன் - சிவன், தாது - ஜீவன், புருசார்தமம் - அர்த்தம்.

7. துலாம் :

ராசி மண்டலத்தின் ஏழாவது ராசி துலாம். தராசு போன்றே வான் மண்டலத்தில் காட்சி தரும். இதன் ராசி மண்டல அளவு 180^0 - 210^0 ஆகும்.இதன் முதல் 6^0 40’ சித்திரை நட்சத்திரமும், அடுத்த 13^0 20’ சுவாதி நட்சத்திரமும் அடுத்த 10^0 விசாகம் நட்சத்திரமும் வியாபித்து காணப் படும். இதன் அதிபதி சுக்கிரன். இந்த ராசியில் சூரியன் பயணம் செய்யும் காலமே ஐப்பசி மாதம் என்போம்.

உருவம் - தராசு உடன் ஆண், நிறம் - வெண்மை, அங்கம் - தொப்புளுக்கு கீழ் உள்ள பகுதி, பாலினம் - ஆண், தன்மை-சரம், ஒற்றைப்படை, தத்துவம் - காற்று, திசை - மேற்கு, இடம் - கடைவீதி, குணம் - குரூரம், இறைவன் - பிரம்மா, தாது - தாது, புருசார்தமம் - காமம்.

8. விருச்சிகம் :

ராசி மண்டலத்தின் எட்டாவது ராசி இதுவாகும். வான் மண்டலத்தில் தேள் போன்ற தோற்றம் கொண்டது. இதன் அளவு 210^0 - 240^0 ஆகும். முதல் 3^0 20' விசாகம் நட்சத்திரமும், அடுத்த 13^0 20' அனுசம் நட்சத்திரம் பின் அடுத்த 13^0 20' கேட்டை நட்சத்திரம் ஆகும். இதன் அதிபதி செவ்வாய் ஆவார். இந்த ராசியில் சூரியன் பயணிக்கும் காலமே கார்த்திகை மாதமாகும்.

உருவம் - கருந்தேள், நிறம் - பசுமை, அங்கம் - பாலின உறுப்பு, பின்புறம், பாலினம் - பெண், தன்மை - ஸ்திரம், இரட்டைப்படை, தத்துவம் - நீர், திசை - வடக்கு, இடம் - கிணறு, நீர்பகுதி (சிறிய அளவு), குணம் - சௌமியம், இறைவன் - விஷ்ணு, தாது - மூலம், புருசார்தமம் - மோட்சம்.

காலபுருச லக்கனத்திற்கு 8-ம் வீடு இந்த விருச்சிகம்.

9. தனுசு :

ராசி மண்டலத்தின் ஒன்பதாவது ராசியாகும். காட்சிக்கு வில்-அம்பு போன்றே தோற்றமுடையது. இதன் அளவு 240^0 - 270^0 ஆகும். இதில் முதல் 13^0 20' அளவானது மூலம் நட்சத்திரமாகவும், அடுத்த 13^0 20' அளவானது பூராடம் நட்சத்திரமாகவும் கடைசியில் உள்ள 3^0 20' ஆனது உத்திரம் நட்சத்திரமாகவும் அமைகிறது. இதன் அதிபதி குரு. இதில் சூரியன் பயணம் செய்யும் காலமே மார்கழி.

உருவம் - வில்-அம்பு, நிறம் - சிவப்பு, அங்கம் - தொடை, பாலினம் - ஆண், தன்மை - உபயம், ஒற்றைப்படை, தத்துவம் - நெருப்பு, திசை - கிழக்கு, இடம் - போர்க்களம், குணம் - குரூரம், இறைவன் -சிவன், தாது - ஜீவன், புருசார்தமம் - தர்மம்.

10. மகரம் :

ராசி மண்டலத்தின் பத்தாவது ராசி மகரம். வான் மண்டலத்தில் பார்வைக்கு ஒரு சுறா மீன் போன்ற காட்சியை உடையது. இது ராசி மண்டலத்தில் 270^0 - 300^0 வரை வியாபித்து காணப்படுகிறது. இதில் முதல் 10^0 - உத்திராடம் நட்சத்திரமும் அடுத்து 13^0 20' திருவோணம் நட்சத்திர மாகவும், அதற்கு அடுத்த 6^0 40' அவிட்டம் நட்சத்திரமாகவும் அமையப்

பெற்றது. இதன் அதிபதி சனி ஆவார். இந்த ராசியில் சூரியன் பயணம் செய்யும் காலமே தை மாதம்.

உருவம் - சுறாமீன், நிறம் - வெண்மை, அங்கம் - கால் மூட்டு, பாலினம் - பெண், தன்மை - சரம், இரட்டைப்படை, தத்துவம் - நிலம், திசை- தெற்கு, இடம் - கடற்கரை, குணம் - சௌமியம், இறைவன் - பிரம்மா, தாது - தாது, புருசார்தமம் - அர்த்தம்.

11. கும்பம் :

இது ராசி மண்டலத்தின் பதினொன்றாம் ராசி. இது வான்வெளியில் பார்ப்பதற்கு குடத்துடன் கூடிய ஆண்போல் காட்சி தருகிறது. இதன்அளவு என்பது *300^0 - 330^0* வரை அமைகிறது. இதில் முதல் *6^0 40'* அவிட்டம் நட்சத்திரம் பின் *13^0 20'* சதயம் நட்சத்திரம் பின் *10^0* பூரட்டாதி நட்சத்திரம் அமைகின்றது. இதன் அதிபதியாக வரும் கிரகம் சனி. இந்த ராசியில் சூரியன் பயணம் செய்வதே மாசி மாதம் என்று அழைக்கப் படுகிறது.

உருவம் - குடத்துடன் கூடிய ஆண், நிறம் - கருப்பு, அங்கம் - கணுக்கால், பாலினம் - ஆண், தன்மை - ஸ்திரம், ஒற்றைப்படை, தத்துவம் - காற்று, திசை - மேற்கு, இடம் - நீர்நிலைகள், குணம்- குரூரம், இறைவன் - விஷ்ணு, தாது - மூலம், புருசார்தமம் - காமம்.

12. மீனம் :

ராசி மண்டலத்தின் நிறைவான இறுதி பன்னிரெண்டாவது ராசி மீனம். வான்வெளியில் பார்க்க சுற்றிவரும் இரண்டு மீன் போல் காட்சி தரும். இதன் அளவு *330^0 - 360^0* ஆகும். இதில் முதல் *3^0 20'* பூரட்டாதி அடுத்த *13^0 20'* உத்திரட்டாதி அடுத்த *13^0 20'* ரேவதி நட்சத்திரமாகும். இதன் அதிபதி குரு பகவான். இந்த ராசியில் சூரியன் பயணம் செய்யும் போதே பங்குனி மாதம் நடைபெறுகிறது.

உருவம் - இரட்டை மீன், நிறம் - வெண்மை, அங்கம் - பாதங்கள், பாலினம் - பெண், தன்மை - உபயம், இரட்டைப்படை, தத்துவம் - நீர், திசை -வடக்கு, இடம் - கடல், குணம் - சௌமியம், இறைவன் - சிவன், தாது - ஜீவன், புருசார்தமம் - மோட்சம்.

விருட்சங்கள்

ஒன்பது கிரகம் மற்றும் இருபத்தேழு நட்சத்திர மரங்கள்.

கிரகம் - தாவரம் :

சூரியன் - எருக்கு, சந்திரன் - முருக்கன்/பலாசு, செவ்வாய் - கருங்காலி, புதன் - நாயுருவி, குரு - அரசு (அரச மரம்), சுக்கிரன் - அத்தி மரம், சனி - வன்னிமரம், ராகு - அருகு, கேது - தர்ப்பை.

நட்சத்திரம் - தாவரம் :

அஸ்வினி - எட்டி, பரணி - நெல்லி, கிருத்திகை - அத்தி, ரோகிணி - நாவல் மரம், மிருகசீரிஷம்-கருங்காலி, திருவாதிரை - சிவப்பு கருங்காலி, புனர்பூசம் - மூங்கில், பூசம் - அரசமரம், ஆயில்யம்- புன்னை, மகம் - ஆலமரம், பூரம் - பலாமரம், உத்திரம் - இலந்தை, அஸ்தம் - அத்தி மரம், சித்திரை - வில்வம், சுவாதி - மருதம், விசாகம் -விளாமரம், அனுசம் - மகிழ மரம், கேட்டை - பராய், மூலம் - மராமரம், பூராடம் - வஞ்சி மரம், உத்திராடம் - பலா மரம், திருவோணம்- எருக்கு, அவிட்டம் - வன்னி, சதயம் - கடம்பு, பூரட்டாதி - மா மரம், உத்திரட்டாதி - வேம்பு, ரேவதி - இலுப்பை மரம்.

இந்த மரங்கள் பரிகாரத்திற்கும், ஜென்ம நட்சத்திரத்தை வலுபெறச் செய்யவும் பயன்படும்.

உடல் உறுப்புகளும், கிரகம் - பாவகமும்/ராசியும்

கிரகம் :

சூரியன் - தலை, வலது கண், முதுகெலும்பு, இருதயம்.

சந்திரன் - முகம், இடது கண், கர்ப்பப்பை, சிறுநீர் தாரை

செவ்வாய் : கை, தோள், உதடு, இரத்தம், மண்டை ஓடு, மார்பெலும்பு, இடுப்பெலும்பு

புதன் - நரம்பு, கழுத்து, விரல்கள், தோல்

குரு - மூளை, வயிறு, கல்லீரல், தசை, கணையம், தொடை, கருவிழி

சுக்கிரன் - மர்ம உறுப்புகள், சிறுநீரகம், சுரப்பிகள்

சனி - முழங்கால், பாதம், கணுக்கால்

ராகு - மலக்குடல், உணவுக்குழாய்

கேது - முடி, தொப்புள், மூளை நரம்பு.

ராசிகள் :

மேசம் - தலை, பிடரி
ரிசபம் - கண், முகம், தைராய்டு
மிதுனம் - கழுத்து, காது, தோள்பட்டை
கடகம் - மார்பு, இதயம், நுரையீரல்
சிம்மம் - வயிறு, முதுகெலும்பு, பெருங்குடல்
கன்னி - அடிவயிறு, கல்லீரல், இடுப்பு, சிறுகுடல்
துலாம் - சிறுநீரகம், பாலுறுப்பு
விருச்சிகம் - மலக்குடல், கர்ப்பப்பை
தனுசு - தொடை
மகரம் - முழங்கால் மூட்டு
கும்பம் - கணுக்கால்
மீனம் - பாதம்.

ஜோதிடம் சார்ந்த உபரி தகவல்கள்

ஜாதகம் கொண்டு பலன் கணிக்க இவற்றின் தயவு மிக அவசியம் ஆக இந்த தகவலை கவனமாக பார்க்கவும்.

1. திதி சூன்யம் :

ஒருவர் பிறந்த திதிக்கு ஒன்று (அ) அதற்கு மேற்பட்ட ராசிகள் சூன்யம் பெறும் அதாவது கெடுபலனை செய்யும். அவை :

பிரதமை - துலாம், மகரம்
துதியை - தனுசு, மீனம்
திருதியை - மகரம், சிம்மம்
சதுர்த்தி - கும்பம், ரிசபம்
பஞ்சமி - மிதுனம், கன்னி
சஷ்டி - மேஷம், சிம்மம்
சப்தமி - தனுசு, கடகம்
அஷ்டமி - மிதுனம், கன்னி

நவமி - சிம்மம், விருச்சிகம்

தசமி - சிம்மம், விருச்சிகம்

ஏகாதசி - தனுசு, மீனம்

துவாதசி - துலாம், மகரம்

திரியாதசி - ரிசபம், சிம்மம்

சதுர்த்தசி - மிதுனம், கன்னி, மீனம், தனுசு

அமாவாசை/பௌர்ணமி - சூன்யம் இல்லை.

இந்த ராசிகள் நற்பலனை வழங்காது. ஒருவேளை இது மறைவிடமாகவோ (6,8,12) இதில் நீச கிரகம் நின்றாலோ நன்மை உண்டு.

2. அஸ்தங்கம் :

சூரியன் எனும் மாபெரும் ஒளி கிரகத்துக்கு நெருக்கமாக சில குறிப்பிட்ட பாகையில் ரா/கே (ராகு, கேது) தவிர இதர கிரகங்கள் நெருங்க தம் பலத்தை இழக்கின்றனர்.

சந்திரன் - 12^0

செவ்வாய் - 17^0

புதன் - 14^0

குரு - 11^0

சுக்கிரன் - 10^0

சனி - 15^0

இது பொதுவானது. ஆனால் சூரியனுக்கு முன், பின் 5^0 பாகை வரை நெருங்கும் கிரகம் பாதிக்கப்படும் பலமாக. அக்கிரகம் சூரியனிடம் தன் பலத்தை இழக்கும்.

3. கிரகணம் :

ராகு - கேதுக்கு நெருக்கமாக 5^0 வரை நெருங்கும் கிரகம் தன் பலத்தை இழக்கும். ($\pm 5^0$ முன்/பின்)

4. வர்க்க உத்தமம் :

வர்கோத்தமம் என்பது ஜாதகத்தில் நாம் பார்க்கும் ராசி கட்டம் போலவே 16 வகை வர்க்க கட்டம் உண்டு. ஒரு கிரகம் ராசி கட்டத்தில் அமைந்த அதே ராசியில் வர்க்க கட்டங்களில் அமைவது சிறப்பு.

குறிப்பாக நவாம்ச கட்டத்தில். அக்கிரகம் பலம் பெற்று பலன் தரும்.

5. பரிவர்த்தனை :

இரண்டு கிரகங்கள் தங்களின் வீடுகளை மாறி அமர்வது / நட்சத்திரங்களை மாறி அமர்வது பரிவர்த்தனை.

சந்			ல
	பரிவர்த்தனை		குரு

இங்கு குரு வீட்டில் சந்திரனும், சந்திரன் வீட்டில் குருவும் மாறி அமர்ந்தது பரிவர்த்தனை. இது நல்ல பாவகங்களில் (அ) நட்பு கிரகங்கள் இடையே நடப்பது சிறப்பு.

இங்கு குருவும் - சந்திரனும் நட்புதான் 2, 10-ம் இடங்கள் தொழிலுக்கு சிறப்பான பரிவர்த்தனைதான்.

6. கிரக யுத்தம் :

பகை கிரகங்கள் ஒரே ராசியில் மிக நெருக்கமாக அமையும்போது இந்நிலை ஏற்படும். இதில் அதிக பாகை பெரும் கிரகம் பலம் பெற்ற தாகவும் பாகை குறைந்து கிரகம் தோற்று பலம் இழப்பதாகவும் கருதப்படும். உதாரணமாக : கன்னி ராசி 30^0 -இல் செவ்வாய் 10^0 15'-ல் உள்ளார் எனவும், புதன் அதே ராசியில் 9^0 50'-ல் உள்ளார் எனவும் கொள்க. இது கிரகம் இடையே யுத்தம் இதில் செவ்வாய் வெற்றி பெறுகிறார் எனலாம்.

7. சஷ்டாஷ்டகம் :

சஷ்டம் - 6, அஷ்டம் - 8

ஒரு ராசியில் நிற்கும் கிரகத்திற்கு 6,8-ம் ராசியில் ஒரு கிரகம் நிற்பது

சஷ்டாஷ்கம் ஆகும். அந்த குறிப்பிட்ட கிரகத்தின் தசா-புத்தி நற்பலன் தராது.

குருவுக்கு 6-ல் புதன் 8-ல் சனி இதுதான்.

குரு தசையில் புதன், சனி புத்திகள் நற்பலன் தராது.

புதன் தசையில் குரு புத்தி, சனி தசையில் குரு புத்தி நற்பலன் தராது.

8. கேந்திராதிபத்திய தோசம் :

ஜாதகத்தில் கேந்திர ஸ்தானம் என்பது 1,4,7,10-ம் இடங்கள். இந்த இடங்களில் இயற்கை சுபகிரகம் எனப்படும் குரு, சுக்கிரன், புதன், வளர்பிறை சந்திரன் அழைத்து ஆட்சி பெறுவார்கள் என்றால் அது கேந்திராதிபத்ய தோசம் எனப்படும். அந்த கிரகம் தன் தசை - புத்தி காலத்தில் தீமையை செய்யும். ஆனால் கேந்திர ஸ்தானத்தில் பாபர்கள் அமர்வது நற்பலனை தரும்.

9. வக்கிரம் :

குஜாதி ஐவர் எனும் செவ்வாய், புதன், குரு, சுக்கிரன், சனி இவர்கள் மட்டுமே வக்ர நிலை பெறுவர். வக்கிரம் என்பது இயல்புக்கு மாறான முறையில் நகர்வது இவர்கள் ஐவரும் முன்னோக்கி நகர்கின்றனர். தங்களின் இயல்பில் ஆனால் வக்கிர கதி அடையும் போது பின்னோக்கி நகர்வார்கள். சூரியன், சந்திரன், ராகு, கேது எப்போதும் வக்கிரம் பெற மாட்டார்கள்.

வக்கிரம் சூரியனுக்கு 5 முதல் 9 - வீடுகள் உட்பட்டு கிரகம் செல்லும்போது ஏற்படும்.

வக்ர கிரகம் திடீர் பலன்களையும், பிடிவாத தன்மையையும் ஜாதகர்க்கு தரும்.

10. திரிகோணம் :

பிறப்பு லக்னத்திலிருந்து 1,5,9-ம் இடம் திரிகோணம் எனப்படும். இதன் அதிபதிகள் ஜாதகர்க்கு யோக பலனையும் புண்ணியத்தையும் சேர்ப்பார்கள். லக்ன யோகர்கள் எனவும் அழைப்பர். திரிகோணம் வலுப்பது எந்நிலையிலும் சிறப்பே.

11. கேந்திரம் :

பிறப்பு லக்னத்திற்கு 1,4,7,10 இடங்கள் கேந்திரம் எனப்படும். இதன் அதிபதிகளே கேந்திர அதிபதிகள் என்பர். இந்த ஸ்தானங்களில் நிற்கும் கிரகம் இயல்பாகவே வலுபெறும்.

1-ம் இடம் - லக்ன கேந்திரம்

4-ம் இடம் - சதுர் கேந்திரம்

7-ம் இடம் - சப்தம கேந்திரம்

10-ம் இடம் - தசம கேந்திரம் என அழைக்கப்படும்.

9-ம் இடம் பெருங்கோணம்

10-ம் இடம் பெருங்கேந்திரம்

1-ம் இடம் எனப்படும் லக்னம் 50% கோணம், 50% கேந்திரமாக கருதப்படும்.

12. மறைவு ஸ்தானம் :

லக்கினத்திற்கு 3,6,8,12 -ம் இடம் எனப்படும் இந்த நான்கு இடங்களும் மறைவு/துர் ஸ்தானம் எனப்படும். பெரும்பாலும் இதன் வீட்டு அதிபதிகள் (அல்லது) அந்த வீட்டில் நின்ற கிரகங்கள் ஜாதகருக்கு அதிகப்படியான தீமையை மட்டுமே ஏற்படுத்தும். இதில் சுக்கிரன் மட்டும் 3,8-ம் இடத்தில் மட்டும் மறைவு பெறுவார். இந்த ஸ்தானத்தில் அமரும் கிரகங்கள் தன் காரகத்தை செய்வதில் சிரமப்படும்.

13. மாரக ஸ்தானம் :

சர - லக்னம் (மேஷம், கடகம், துலாம், மகரம்)

ஸ்திர - லக்னம் (ரிஷபம், சிம்மம், விருச்சிகம், கும்பம்)

உபய லக்னம் - (மிதுனம், கன்னி, தனுசு, மீனம்)

சரம் லக்னம் - 2, 7-ம் இடம்

ஸ்திர லக்னம் - 3, 8-ம் இடம்

உபய லக்னம் - 7, 11-ம் இடம்

மாரக ஸ்தானம் அதன் அதிபதி மாரகாதிபதி ஆவார். மரணம் (அ) மரணத்திற்கு நிகரான வலியை ஏற்படுத்துவார்.

14. பாதக ஸ்தானம் :

ஜாதகருக்கு சாதகமில்லா பலனை தருபவர் இந்த பாதகாதிபதி.

சர லக்னம் - 11-ம் இடம்

ஸ்திர லக்னம் - 9-ம் இடம்

உபய லக்னம் - 7-ம் இடம் பாதகமாகும்.

இதன் அதிபதி பாதகாதிபதி. இவர் தனது தசை-புத்தி காலத்தில் தீமை செய்யாமல் நகர மாட்டார்.

15. பண பரம் :

ஜென்ம லக்னத்திற்கு 2,5,8,11 இடங்கள் பணபர ஸ்தானம் எனப்படும். இது கேந்திரங்களுக்கு அடுத்த பலம் பெற்றவை. தன பிராப்தி தருபவை.

16. அபோக்லிமம் :

ஜென்ம லக்னத்திற்கு 3,6,9,12 - ம் இடம் அபோக்லிமம். இது பண பர ஸ்தானத்தை விட பலம் குறைந்தது.

17. உபஜெய ஸ்தானம் :

லக்னத்திற்கு 3,6,11-ம் இடம் உபஜெய ஸ்தானம் எனப்படும். ஒருவரின் வெற்றிக்கு உறுதுணையாக நிற்கும். நன்மை செய்யும். ஆதிபத்திய அசுபர்கூட இதில் இருக்க தீமை குறைந்து நன்மை அதிகம் செய்வர்.

18. லக்கினம் :

ஜாதகத்தின் உயிர் நாடி இலக்கினமே. ஜாதகரின் பிறந்த நேரத்தின் அடிப்படையிலானது லக்கினம். லக்னத்தை மையமாக கொண்டே 12-பாவம் மற்றும் பாவாதிபதிகள் இயக்கம் பெறுகின்றனர். லக்னம் தோராயமாக 2-மணி நேரத்திற்கு ஒருமுறை மாறிக்கொண்டே இருக்கும். ஜாதகத்தை வைத்து தசா-புத்தி படி நடக்கும் நிலையான பலன்களை இதை வைத்தே கணிப்பர். 12- பாவமும் லக்னத்திற்கும் அடக்கம்.

சந்திரன் நிற்கும் ராசி சந்திரா லக்னம் எனப்படும். இது தற்காலிக கோட்சார பலன் அறிய பயன்படும்.

19. வளர்/தேய் பிறை ஜாதகம் :

ஜாதகர் வளர்பிறையில் பிறந்து உள்ளாரா தேய்பிறையில் பிறந்து உள்ளாரா என்பதனை ஜாதகத்தின் ராசிகட்டம் மூலமும் கூறமுடியும். சூரியனிலிருந்து எண் 7-ராசிக்கும் 180 -க்கும் சந்திரன் இருந்தால் அது வளர்பிறை ஜாதகம்.

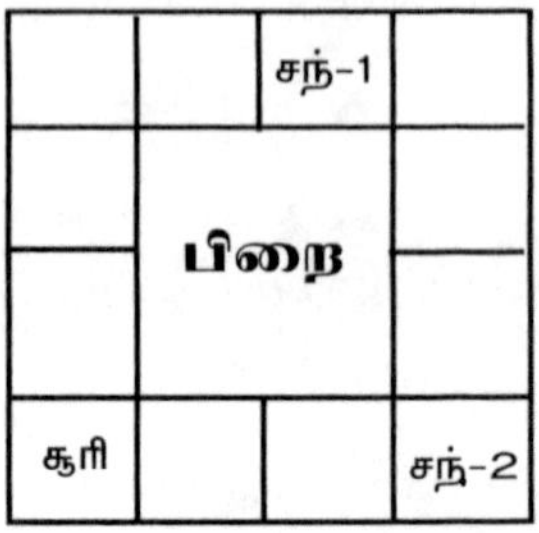

7-ம் வீடுக்கு மேல்
180 - மேல் சந்திரன்
நின்றால் தேய்பிறை
சந்திரன் - 1 - வளர்பிறை
சந்திரன் - 2 - தேய்பிறை

	சந்-1	
	பிறை	
சூரி		சந்-2

20. இயற்கை/ஜாதக சுபரும் பாபரும் :

கிரகங்கள் சுபர், பாபர் என 2-பிரிவு பெற்றவை. இதில் இயற்கையாக சுபர், பாபர் எனவும், ஜாதக லக்னத்தை பொருத்து சுபர், பாபர் எனவும் உண்டு.

இயற்கையில் : சுபர் - குரு, சுக்கிரன், தனித்த புதன், வளர் சந்திரன்
பாபர் - சனி, செவ்வாய், ராகு, கேது, சூரியன், தேய்பிறை சந்திரன்.
ஜாதகப்படி : சுபர் - லக்கினத்திற்கு 5, 9-ம் அதிபதிகள்
பாபர்கள் - லக்கினத்திற்கு 6, 8, 12-ம் அதிபதிகள்.

21. தசை - புக்தி மற்றும் கோட்சாரம் :

ஜாதகப்படி லக்னத்தை மையமாக கொண்டு கணிக்கப்படும். நிரந்தர முழுமையான பலன்கள் தசா - புக்தி. இதுவே இறுதியானது.

கிரக மாற்றங்களை கொண்டு தற்காலிகமாக குறிப்பிட்ட கால கட்டத்திற்கு சந்திரனை மையமாக கொண்ட பொதுவான தற்காலிக பலன் கோட்சாரம்.

கோட்சாரம் ஒரு பலனை உருவாக்காது (அ) அழிக்காது. தசா-புக்தி படி நடக்கும் பலனின் வீரியத்தை கூட்டும் (அ) குறைக்கும்.

யோகங்கள்

ஜோதிடத்தை நாடி ஜோதிடரைத் தேடி வரும் நபர்களில் 95% மக்கள் இரண்டே காரணத்திற்கு மட்டுமே உருவார்கள். அதில் ஒன்று எனக்கு இந்த பிரச்சனை உண்டு என்ன பரிகாரம் செய்யலாம் மற்றொரு தரப்பு என் ஜாதகத்தில் ராஜயோகம் உண்டா கோடீஸ்வரன் ஆவேனா என யோகங்களை கேட்பது.

யோகம் பெற்ற ஜாதகம் தன் வாழ்வில் நன்நிலை பெறுகின்றனர். ஆயிரத்தில் ஒருவராக நம்மை தனித்துவம் படுத்தி காட்டவும், புகழ் உச்சியில் அமர்த்தி பெருமைபடுத்தவும், குப்பையில் பிறந்தாலும் கோடிகளில் புரள வைப்பதும் இந்த யோகத்தில் லீலைகள்தான்.

யோகம் என்பது ஒருவிதத்தில் மகிழ்ச்சி தரும் சொல் என்றாலும் அதற்கு இணைவு, சேர்க்கை என்று பொருள் அவ்வளவுதான். இரண்டு கிரகமோ, கிரகமும் பாவகமோ இணைவது என்று பொருள். அரசியலில் தேர்தல் நேரங்களில் கட்சிகள் கூட்டணி அமைத்து நாம் கண்டு வெற்றி பெற்று கோட்டையைப் பிடிப்பர். சிலர் சில சீட்டைப் பிடிப்பர். அந்த கூட்டணியின் விளைவே இது ஆக இப்போது இந்த கிரக கூட்டணி பலன்கள் பற்றி பார்க்கலாம்.

ஆயிரக்கணக்கான யோகங்கள் இருந்தாலும் மதிக்கத்தக்க பலன்தரும் யோகங்கள் சிலதே. அற்றில் முக்கிய யோகங்களை பற்றி இப்பகுதியில் நாம் பார்க்கலாம்.

1. குரு-சந்திர யோகம் :

குருவும் சந்திரனும் இணைவது அல்லது நேர்க்கு நேர் சமசப்தமாக பார்ப்பது பலமான குருசந்திர யோகம் ஆகும். குரு மட்டும் சந்திரனை பார்த்தால் அது யோகம் இல்லை.

இந்த யோகம் அமைந்தவர்கள் வாழ்வில் நிச்சயம் உயர்நிலை பெறுவார்கள். அடிப்படை தேவையை பூர்த்தி செய்யவே சிரமம் என்னும் நிலையில் இருப்பவரையும் செல்வ செழிப்பு உடையவராக மாற்றும். பொருளாதாரத்தில் பெரும் வளர்ச்சியையும் சமூகத்தில் அனைவரும் மதிக்கத்தக்க நிலையையும் ஏற்படுத்தும். நற்குணங்கள் மிக்கவராகவும, ஒழுக்க சீலராகவும், தர்ம சிந்தனை, இறைப்பற்று, சாந்த குணம்

கொண்டவராகவும் மாற்றும். இவர்கள் அம்மா பிள்ளைகளாகவே பெரும்பாலும் இருப்பார்கள். ஆக பல மனைவிகள் இதனால் அவதிப் படுவர்.

2. குரு-மங்கள யோகம் :

மங்களன் என்றால் செவ்வாய் கிரகமாகும். குருவும்-செவ்வாயும் இணைவது, நேருக்கு நேர் பார்ப்பது மூலம் இந்த யோகம் அமையும். இந்த யோகம் அமைந்தால் ஜாதகர் பொருள் வாழ்வில் அதிக நாட்டம் கொண்டு வாழ்வார்.

இந்த ஜாதகத்தில் உள்ள வாஸ்து குற்றம் நீங்கும், வீட்டில் தெய்வ அருள் பெருகும். இவர்கள் நன்றாக சொத்துக்களை சேர்ப்பார்கள். வாகன சுகம் எளிமையாக அமையும். பெரும்பாலும் சகோதரர்கள் ஆதரவு கிடைத்து விடும். இது ஒரு பெண் ஜாதகத்தில் அமைய மிக நல்ல வாழ்க்கைத் துணை அமைவார்.

3. சந்திர - மங்கள யோகம் :

சந்திரனும் -செவ்வாயும் இணைவது, பார்ப்பது யோகமாகும். இது ஒரு சிறப்பான யோகம். இந்த யோகம் உடையவர்கள் சொத்து மற்றும் வாகன சுகம் வாழ்வில் அடைகின்றனர். சகோதர உறவின் மீது எப்போதும் அன்பு வெளிப்படும். சிறந்த நிர்வாகத் திறன் பெற்றவர்கள், அதிகார பொறுப்புகள் கிடைக்கும். கட்டுக்கோப்பான உடல்வாகு அமையும். இந்த அமைப்பு பெண்கள் ஜாதகத்தில் இருக்க ஆயிரம் சண்டை வந்தாலும் கணவனை விட்டுக் கொடுக்க மாட்டார்கள்.

4. சிவராஜ யோகம் :

சிவனைப்போல் ராஜனாக வாழ வைக்கும். இது குருவும், சூரியனும் இணைவது (அ) குரு சூரியனை 7-ம் பார்வையாக பார்ப்பது மூலம் ஏற்படும். இந்த யோகம் அமைய பெயர், புகழ் வந்து சேரும். மிக உயரிய பதவிகளை ஏற்படுத்தி கொடுக்கும். எங்கு சென்றாலும் அடுத்தவர் மதிக்கும் நிலையை உருவாக்கும் யோகம். இதில் குரு, சூரியனுடன் இணைவதைவிட சூரியனை பார்ப்பது மிக பலமானது.

5. கோடீஸ்வர / கேள யோகம் :

குரு மற்றும் கேது இணைவதால் உண்டாகும் யோகம் இது. எந்த

நிலையிலும் கௌரவமான வாழ்வு, வசதியான வாழ்க்கை, மிடுக்கான தோற்றம் ஏற்படும். ஆன்மிகத்தில் மிக நல்ல நிலையை ஏற்படுத்தும். வளர்ச்சி வளர்ச்சி என தொழில் விரிவாக்கம், தன சேர்க்கை, சொத்து சேர்க்கையை ஏற்படுத்தும். ஆனால், இந்த யோகம் உள்ளவர்கள் எப்படியாவது அறியாமலேயே (அ) அசட்டு தைரியத்தால் மெல்ல மெல்ல கடனை வளர்த்து கழுத்தை நெறிக்கும் நிலைக்கு கொண்டுவரும் கடங்கார (கௌரவ கடன்) யோகமும் இதுதான்.

6. சகட யோகம் :

இது ஒரு யோகமா என்றால் உண்மையில் அப்படி இல்லை. ஏனென்றால், இந்த யோகம் இருப்பவர்கள் நிலையான பொருளாதார வாழ்வை வாழமுடியாது. தொழில் செய்து மட மட வென பொருளாதார உச்சத்தை அடைய வைக்கும். பின் திடீரென சரிவை தந்து தரைமட்டத்தை அடைய வேண்டும். அதாவது ஏற்றத்தாழ்வான வாழ்வைத் தரும். இந்த யோகம் இருப்பவர்கள் கூடுமானவரை பொருளாதாரம், சொத்துக்களை தன் பெயரில் இல்லாமல் பார்த்துக் கொள்வது சிறப்பு. பணத்தை குடும்ப உறவுகள் பெயரில் சொத்தாக சேமிக்கணும் இல்லையெனில் திடீர் வீழ்ச்சியில் அனைத்தும் கைவிட்டுப் போகும்.

7. தர்மகர்மாதிபதி யோகம் :

தர்ம பாவம் - 9, கர்ம பாவம் - 10 பெருங்கோண மற்றும் பெருங் கேந்திர அதிபதிகள் இணைவது ஒருவரை ஒருவர் பார்ப்பது மிகப்பெரிய யோகம். இது நல்ல உத்தியோகம், தொழில் தந்து அதில் உயர்ந்த புகழைத் தரும். துறையின் வேலை செய்பவர்களுக்கு மேலான பொறுப்பை தரும். பணம், புகழ், சமூக அந்தஸ்து, உயர்ந்த பதவிகளை வழங்கும் யோகம். எந்த நிலையிலும் தரையில் இருப்பவனையும் உச்சியில் கொண்டு சென்று சேர்க்கும்.

8. பஞ்சமா புருச யோகம் :

பஞ்சம் - ஐந்து குரு, சுக்கிரன், புதன், சனி, செவ்வாய் என ஐந்து கிரகங்கள் மூலம் ஏற்படும் யோகம் இதுவாகும். இதில் உள்ள கிரகங்கள் லக்ன கேந்திரத்தில் ஆட்சி பெறுவதால் ஏற்படும்.

கிரகம் - யோகம்

1. குருவால் - அம்ச யோகம், 2. சுக்கிரனால் - மலவியா (மாளவியா) யோகம், 3. புதனால் - புத்திர யோகம், 4. சனியால் - சச யோகம், 5.செவ்வாயால் - ருசக யோகம்.

இதில் குறைந்தது இரண்டு யோகம் இருந்தாலே அந்த ஜாதகம் யோக ஜாதகம். பெரும் கல்வி, பதவி, பொறுப்புகள், அந்தஸ்து, உலகளாவிய புகழ், அதிகாரம், பொருளாதாரம் இவற்றை ஏற்படுத்தும்.

இதில் குறிப்பாக ருசக, சச யோகங்கள் அதிகாரம், பதவி, அரசியல் சார்ந்த யோகம் செய்யும். அம்ச, மாளவியா யோகங்கள் வசதியான வாழ்வும், பணம், சுகம் இவற்றை தரும். பத்திர யோகம் உயர்ந்த அறிவும் பிரபல்யமும் ஏற்படுத்தித் தரும். இந்த யோகம் அமைவது மிக மிக சிறப்பு.

9. நீசபங்க ராஜயோகம் :

யோகங்களில் இது ஒரு தலைசிறந்த யோகம் ஆகும். எந்த யோகமும் ஒரு கிரகம் வலுத்தால் கிட்டும், ஆனால் இந்த யோகம் ஒரு கிரகம் வலு இழப்பதால் ஏற்படும். எப்படி என்பதை பார்ப்போம்.

நீசம் - பலவீன நிலை, பங்கம் - கெடுதல். நீசத் தன்மை கெட்டு ஒரு கிரகம் பலம் பெறுவதால் கிடைக்கும் யோகம் இது. இதற்கான விதிகள்:

நீசனை நீசன் பார்ப்பது

நீச கிரகம் சந்திர கேந்திரத்தில் அமைவது

நீசன் பரிவர்த்தனை பெறுவது

நீசன் நின்ற வீட்டதிபதி ஆட்சி, உச்சம் பெறுவது

நீசன் குரு பார்வை பெறுவது

நீசன் வக்ரம் பெறுவது

இவற்றின் மூலம் நீச கிரகம் பங்கம் பெற்று பலம் பெறும் அந்த நிலை நீச பங்கம் என அழைக்கப்படும்.

ஆனால் நீசம் பெற்ற கிரகத்துடன் ஒரு உச்சம் பெற்ற கிரகம் அதே வீட்டில் அமைவது நீசபங்க ராஜயோகம் இந்த அமைப்பு உள்ளவர்கள் முன்வாழ்வில் பல சிரமம் தடைகள், கஷ்டங்களை அனுபவித்து பின்

வாழ்வில் குடும்பம், பொருளாதாரம் அந்தஸ்து என அனைத்தில் உயர்நிலை பெறுகின்றன.

நீசபங்க ராஜயோகம் பெற்ற நீச கிரகம் ஒரு உச்ச கிரகம் தருவதை விட மேலான பலமான பலனை தன் காரகம் வாயிலாக தந்து ஜாதகரை உயர்த்தும்.

உதாரணம் : குரு - நீச பங்க ராஜயோகம்.

<table>
<tr><td>சனி</td><td></td><td></td><td></td></tr>
<tr><td></td><td colspan="2" rowspan="2">நீசபங்க
ராஜயோகம்</td><td>சந்</td></tr>
<tr><td>குரு (வ)
செவ்</td><td></td></tr>
<tr><td></td><td></td><td></td><td></td></tr>
</table>

மேலுள்ள விதிகளைப் பொருத்தி பார்க்க புரியும்.

யோகங்கள் உள்ள ஜாதகம் நன்னிலையை அடைகின்றன. ஆனால் அதற்கு அந்த யோகத்துடன் சம்பந்தப்பட்ட கிரகத்தின் தசை நடக்க வேண்டும் என்பது முக்கியம். எல்லோரில் ஜாதகத்தில் பார்த்தாலும் யோகங்கள் அனேகம் இருக்கும். ஆனால் அதில் ஒரு சிலர் மட்டுமே மேன்மையான நிலையை அடைகின்றனர். காரணம் யோகத்தில் சம்பந்தப்பட்ட கிரகத்தின் தசை நடக்க வேண்டும் என்பது முக்கிய விதி. அதேபோல் யோகத்தில் அமைந்த கிரகம் ஜாதகரின் லக்கினத்திற்கும் யோகாதிபதியாக இருக்க மிக மிக சிறப்பு. யோகம் 6,8,12-ல் அமைந்தால் பலனின் அளவு குறையும்.

தோஷங்கள்

தோஷம் - குற்றம், குறைபாடு என பொருள். ஒரு கிரகம் (அ) ஒரு பாவம் (அ) கிரக சேர்க்கை, ஒரு வித தீய பலனை தரும் எனில் அது தோசமாக கருதப்படும். தோசங்கள் அநேகம் உண்டு என்றாலும் நாம் அதில் சிலவற்றை மட்டும் தற்போது பார்க்கலாம்.

1. செவ்வாய் தோசம் :

செவ்வாய் எனும் கிரகம் 2,4,7,8,12 இந்த பாவங்களில் அமர அது செய்வாய் தோஷம் எனப்படும். இது பெரும்பாலான நேரங்களில் திருமணத்திற்காக மக்களால் வெகு பரவலாக பார்க்கப்படும். இன்று பல பெண் குழந்தைகளை பெற்ற பெற்றோரின் மனதை கலங்கச் செய்யும் தோஷம் இதுதான்.

செவ்		செவ்	
ல			
	செவ்வாய் தோசம்		செவ்
செவ்			
			செவ்

இது திருமண வாழ்வில் கருத்து வேறுபாட்டையும், உடல் நல தொந்தரவையும் ஏற்படுத்துகிறது. ஆனால் இந்த செவ்வாய் தசை நடப்பில் வராது என்றால் பயம் அவசியமில்லை.

2. சர்ப்ப தோஷம் :

சர்ப்பம் - பாம்பு, ராகு - கேது எனும் பாம்பு கிரகங்களால் இந்த தோசம் ஏற்படுகிறது. லக்னத்திற்கு 1,2,7,8-ம் இடங்களில் ராகு-கேதுக்கள் அமர இந்த தோஷம் ஏற்படும்.

இதுவும் செவ்வாய் தோஷத்தை போன்றே திருமண வாழ்வை சிக்கலாக்கும் தோஷமாக கருதப்படுகிறது. இதற்கும் தசை வந்தால்தான் பயமும் பாதிப்பும் இல்லை எனில் கவலை வேண்டாம்.

3. கால சர்ப்ப தோசம் :

லக்னம் முதலாக அனைத்து கிரகங்களும் ராகு-கேது அச்சுக்கு உள்ளாக அமைவது இது வாழ்க்கையில் பல போராட்டங்களை தந்தே மேலே வரவிடும். ஆனால் கடும் முயற்சி அவசியம். இவர்கள் எதிலும் எளிதில்

திருப்தி அடைவதில்லை. மன ஏக்கம் எப்போதும் இருந்து கொண்டே இருக்கும். இது *36* - வயதுக்குப் பின் பின்வாழ்வில் தொந்தரவை குறைக் கிறது.

ராகு சந்	செவ்	சனி	ல
	கால சர்பம்		குரு புதன்
			சுக் சூரி
			கேது

4. மாங்கல்ய தோஷம் :

பெண்கள் ஜாதகத்தில் மாங்கல்ய பாவம் என்பது எட்டாம் இடமாகும். இந்த இடத்தில் இயற்கை பாவகிரகம் எனும் சனி, செவ், ரா, கே, சூரி இவர்களில் ஒருவரோ (அ) ஒன்றுக்கு மேற்பட்டவரோ அமர்வது ஆகும். 8-ல் பெண் ஜாதகத்தில் ஒன்றுக்கு மேற்பட்ட பாவர்கள் அமைவது மிகவும் தொந்தரவாகும். குறிப்பாக (செ+சனி), (செ+ரா), (செ+கே), (சனி+ரா), (சனி+கே), (சூ+செ) மிக கடுமையான தோஷம். இந்த கிரக தசைகள் வரும்போது அது திருமண வாழ்வை பாதிக்கிறது.

5. புத்திர தோஷம் :

புத்திர பாவம் என்பது ஐந்தாமிடம், புத்திரகாரகர் குரு ஆவர். இந்த அமைப்பில் இயற்கை பாபர்கள் தொடர்பு கொள்வது புத்திர தோஷமாகும். உதாரணமாக, 5-ல் ராகுவோ, கேதுவோ, சனியோ அமர்வது பலமானது. அதேபோல் (கு+கே), (கு+ரா), (கு+சனி) இவை பிரம்மஹத்தி தோஷம் எனவும் அழைக்கப்படும். இதனாலும் குழந்தை பாக்கியம் தடைபடும். ஒரு சிலருக்கு ஐந்தாம் அதிபதியோடு ராகு (அ) சனி இணைவதும் இந்த தொந்தரவை தரும்.

தோஷ பரிகாரங்கள் :

பரிகாரம் எனும் சொல்லுக்கு மாற்று உபாயம் என்பது பொருள். தோஷத்திற்கு மாற்றாக செய்யும் செயல் பரிகாரம்.

ஜோதிடரை நாடி வருவதில் பெரும்பாலானவர்கள் 'எத்தை தின்றால் பித்தம் தெளியும்' என்றே வருகின்றனர் பரிகாரத்தை எதிர்பார்த்து.

உறவு சிக்கல், திருமண தாமதம், புத்திர தோஷம், கடன் தொந்தரவு, நோய் தொந்தரவு என பல பிரச்சனைகளுக்கு தீர்வை எதிர்பார்த்தே ஜோதிடரை நாடுகின்றனர். ஜோதிட மகான் பராசரர் பரிகாரம் பற்றிய குறிப்புகள் தனது 'பராசர ரோ' நூலில் குறிப்பிட்டுள்ளார். இன்னம் ஏன் ஜோதிடமே ஒருவகையில் பரிகாரம் சார் சாஸ்திரம் என்றால் மிகை யாகாது. ஒரு பிரச்சனை என்று உண்டு என்றால் அதற்கு நிச்சயம் தீர்வும் உண்டு. ஆனால் தற்காலத்தில் பெரும்பான்மை பகுதியில் ஜோதிடத்தின் பெயரை சொல்லி பரிகாரம் செய்வதாக ஏமாற்றமும் நடைபெறுவது கண்டிக்கத்தக்க ஒன்று என்பதனை ஜோதிட உலகம் ஒப்புக்கொண்டு தான் ஆக வேண்டும். ஆம் எங்களிடம் வாருங்கள் அனைத்துப் பிரச்சனை களுக்கும் தீர்வு ஒரே பூஜையில் 40 ஆயிரம் மட்டுமே.

இந்த எந்திரத்தை, இந்த பொருளை வாங்கி பயன்படுத்துங்கள் ஒரே வருடத்தில் லட்சுமி உங்கள் வீட்டில் குடியேறுவாள். இந்த பிரச்சனை உண்டா இந்த கிரகத்தை ஆக்டிவேட் செய்ய இந்த மோதிரம் போடுங்கள் என பரிகார் வியாபாரமாக மாற்றப்பட்டு சில ஜோதிடர்களும் அதற்கு உதவி செய்கிறார்கள். இதன் உச்சகட்ட நீட்சியாக புகழ்மிக்க இறை வழிபாட்டு தளங்கள் சில இந்த பூஜைக்கு இவ்வளவு என்றெல்லாம் தோஷ நிவர்த்தி பூஜைகள் மூலம் பணம் பறிப்பு மக்களிடம் செய்கின்றன. இது ஜோதிடத்தையும் இறைநம்பிக்கையும் மக்கள் மத்தியில் செல்வாக்கை இழக்கச் செய்கின்றன. உங்கள் தலைவிதிக்கு தீர்வை தருகிறோம் என்று விளம்பரம் செய்யும் ஜோதிடருக்கு தெரியும் அவர் தலையெழுத்தையே அவரால் மாற்ற இயலாது என்பது அவ்வாறிருக்க, அடுத்தவர்கள் தலைவிதியை எப்படி மாற்றமுடியும் என்பதை நண்பர்கள் உணரவேண்டும். அப்படியெனில் பரிகாரம் பொய்யா என்றால் பரிகாரம் உண்டு உண்மை.. ஆனால் அது மேற்கூறியவை அல்ல என்பதை அறிவார்ந்த சமூகம் உணர வேண்டும்.

எளிய பரிகாரம் என்பது என்னவென்றால் ஒவ்வொரு கிரகத்திற்கும் அதன் கதிர்வீச்சு கொண்ட தளங்கள் (ஆலயம்); அதிதேவதைகள், தானியம், நிறம், நாள், ஓரை, மலர், தாவரம், விலங்கு இவை வழங்கப் பட்டு உள்ளது. ஒரு சில இடங்களில் சில குறிப்பிட்ட வேண்டுதல்களை

முன்னிறுத்தி ஆலயம் அமையப் பெற்று இருக்கும். உதாரணமாக கும்பகோணம் அருகே கருவளர்ச்சேரி, திருவள்ளூர் அருகே புட்லூர் இவை குழந்தை பாக்கியம் வேண்டி இறைவன் பிரார்த்தனையால் அமைக்கப்பட்டவை இது மாதிரியான தலங்கள். இவைதான் பரிகாரத்தின் காரணிகள். இதைக் கொண்டு மக்கள் பணம் பெரிய அளவு செலவு இன்றி பரிகாரங்களை செய்யலாம்.

கூட்டுப் பிரார்த்தனையாக ஆலயங்களில் செய்யப்படும் திருக்கல்யாண யாகம், புத்திர காமேஷ்டி யாகம் இதுபோன்ற யாகங்களில் ஒரு அங்கமாக கலந்து பரிகாரம் செய்யலாம். இதைத்தான் ஜோதிடம் கூறுகிறது. இந்த காரணிகளை பலமாக நமக்கு சாதகமான பலன் தர குறிப்பிட்ட கிழமை, தாராபலமுள்ள நட்சத்திரம், சாதக ஓரை என காலத்தை குறிப்பிட்டு இந்த நேரங்களில் பரிகாரம் செய்ய அது சித்தி பெற்று இறைவன் அருளால் ஜாதகருக்கு பலன் கிடைத்து துன்பத்தினை குறைத்து கொண்டு இன்பம் பெறுகின்றனர்.

அதே காரணிகளை குறிப்பிடும் ஜோதிடமே எல்லா பிரச்சனைக்கும் ஜோதிடத்தில் பரிகாரம் மூலம் தீர்வு காண முடியாது. பரிகாரம் என்பது ஒரு முழு தீர்வல்ல பிரச்சனையின் வீரியம் குறைக்கும் அல்லது அதை தாங்கும் திறன் பெறும் செயல்பாடு என்கின்றது. ஒரு சில பிரச்சனை களுக்கு நம் ஜாதக புண்ணியத்தை கொண்டு பரிகாரம் மூலம் தீர்வும் பெறலாம். ஒருவர்க்கு பரிகாரம் வெற்றி பெற பூர்வ புண்ணிய பாவத்தின் பலமும், குலதெய்வ அனுகிரகமும் தேவை. இதன் துணை இல்லாமலும் பிரச்சனைக்கு உரிய பாவம் (அ) கிரகம் எட்டாம் இடத்துடன் தொடர்பு பெற்ற நிலையில் இருந்தாலும் ஜாதகர் என்ன பரிகாரம் செய்தாலும் வீண்தான். அடியில் ஓட்டையான குடத்தைக் கொண்டு குழாயில் நீர் பிடிக்கும் கதைதான். குடம் நிறையாது, பிரச்சனைக்கும் தீர்வும் கிடைக்காது.

ஆக பணத்தைக் கொடுத்து ஏமாறாமல் ஜோதிடரிடம் பரிகாரம் கேட்டு எளிமையான பண செலவிலும் மிக அதிகமான பக்திப் பெருக் குடனும் இறைவனிடம் மனம் அடக்கி வேண்டினால் பரிகாரம் சித்தி யாகும். பிரச்சனைக்கு வழி உண்டாகும்.

ஜோதிடமும் அறிவியலும்

அன்பு உறவுகளே இப்போது நாம் ஜோதிடம் சார்ந்த அடிப்படை தகவல்கள் பற்றி பார்த்து ஓரளவு ஜோதிட அறிவை பெற்றோம். இப்போது அறிவியலுடன் ஜோதிடம் என்னும் இந்த புத்தகத்தின் இறுதிக்கட்ட புரிதலுக்குள் நுழைகிறோம்.

கணினி மயம், செல்போன் மயம் என அனைத்து உலகையும் சிறு உள்ளங்கை அளவுள்ள அலைபேசி சாதனத்தில் சுருக்கிப் போட்டுள்ளது இன்றைய அறிவியல் தொழில்நுட்பம் எந்த புதுமையான / பழமையான ஒரு அமைப்பும் அறிவியலுடன் ஒத்துப் போகிறதா என்று அனைத்தின் உண்மைத்தன்மையையும் அறிவியலுடன் ஒப்பிட்டுப் பார்த்தே தீர்மானிக்கும் நிலைக்கு இயமாய் வளர்ந்து நிற்கின்றது. அறிவியல் ஒரு புதுமையோ (அ) பழமையோ தன்னை நிலைநிறுத்திக்கொள்ள அல்லது நீடித்து நிற்க அது அறிவியல் எனும் நீதிமன்றத்திடம் சான்றிதழ் பெற வேண்டும் எனும் நிலை நம்மிடம் இன்று உருவாகியுள்ளது. அனைத்தும் அறிவியலே அனைத்து செயல்களும் அறிவியல்படி அணுவின் உள்ளிருந்து வெளிப்படும் ஆற்றலே என கம்பீரமான ராஜனாக சிம்மாசனத்தில் அறிவியல் எனும் அரசன் அமர்ந்திருப்பது ஒருபுறம் இருக்க, அவன் அருள் இன்றி அந்த அணுவும் அசையாது என ஊருக்கு நான்கு கோவில்களும் நானூறு பக்தர்களும் தினந்தோறும் உருவாகிக்கொண்டு இருப்பதையும் நாம் காணமுடிகிறது.

என்ன ஒரு விந்தையான உலகம் இது. சர்வமும் நானே எனும் அறிவியல் ஒருபுறம் நிற்க, அந்த அறிவியலும் அவனுள் அடக்கம் என ஆன்மீகம் மறுபுறம் நிற்கிறது. இதில் ஒன்று உண்மையெனில் மற்றொன்றின் உண்மைத் தன்மை கேள்விக்குறியாகும். அறிவியல் Vs. ஆன்மிகம் என இரு ஜாம்பவான்கள் களத்தில் போட்டியிட இவ்விருவருக்கும் இடையில் அர்த்தநாரீஸ்வரர் (வலம் இடமென சிவன் சக்தியாய்) போல அறிவியலின் இடதுபுறமும் ஆன்மிகத்தின் வலதுபுறமும் நானே என புதுத் தோற்றத்துடன், ஆனால் அறிவியல் வளர்ச்சி பெறும் காலத்திற்கு முன்பே களத்துக்குள் வந்தவர்தான் விச்சீத்திர போட்டியாளர் ஜோதிடம். ஆம். ஆன்மிகமே இறைவனே என்பவர் ஒருபுறம் நிற்க, இல்லை என அதை நிராகரித்து அறிவியலே என மறு சாரார் நிற்க, அறிவியலும் நானே, ஆன்மிகமும் நானே என கீதையில் கிருஷ்ண

பரமாத்மா போல் நிற்பவர் இந்த ஜோதிடம். இந்த காலகட்டத்தில் ஆன்மீகம், ஜோதிட ரீதியாக எக்கருத்தை முன்வைத்தாலும் அதை அறிவியலுடன் போட்டியிட்டு வென்றால் தன்னை மெய்தாய் மட்டுமே அக்கருத்தை ஏற்கும் அறிவியலாளர்கள் பலர் ஜோதிடம் ஆன்மீகம் என்பது பொய் எனவும் மூடநம்பிக்கை எனவும் கூறுவது அவர்களின் அறிவியல் சார்ந்த புரிதலை குறைத்து மதிப்பிட தான் நமக்கு தோன்றுகின்றது.

ஆம். அவர்கள் அறிவியலின் அடிநாதத்தையே முழுமையாக உணரவில்லை என்றுதான் நான் குறிப்பிடுவேன். இது எப்படி என்றால் (உதாரணம்) 1+3=4, 2+2=4 என்றால் அறிவியல். இப்படி கூட்டும்போது 4 வந்தால்தான் சரியானது. இல்லை என்றால் அது தவறானது என்பது அறிவியலாளர்களின் நம்பிக்கை. ஆனால் (-2) x (-2) = 4 என ஆன்மீகம் ஒரு கருத்தை அனைவரிடமும் முன் வைக்கும்போது அது இல்லை என புறக்கணித்து பின் சில காலம் (ஆண்டுகள் (அ) நூற்றாண்டுகள்) ஆய்வின் மூலம் இப்படி ஒன்றை அறிந்தபின் இது புது கண்டுபிடிப்பு என பெயர் போட்டுக் கொண்டு வேறு வகையில் இதையே ஏற்றுக்கொள்வது அறிவியலின் வாடிக்கை. அறிவியல் என்பது இருப்பதை அறிவது அவ்வளவுதான். அது கண்டுபிடிப்பு அவ்வளவுதான். அது இருப்பதை ஆய்வின் மூலம் தெரிந்து கொண்டு அதை நடைமுறை வாழ்வில் பின்பற்றுவது. ஆனால் இவை அனைத்தும் ஏற்கனவே ஆன்மிகத்தால் கண்டுபிடிக்கப்பட்டு அதை பயன்பாட்டிலும் கொண்டுவந்து வாழ் வியலுடன் கலந்து வாழ்ந்து கொண்டிருந்தது ஆன்மிகம் என்றால் அது மிகையாகாது. அறிவியல் மட்டுமே உயர்ந்தது நிலையானது என கூறும் நண்பர்களுக்கு எனது ஒரு சிரம் தாழ்ந்த கேள்வி. என்னவென்றால்... "அறிவியல் என்பது முழுமையானதா?" ஏனெனில் முழுமைத்துவம் பெற்ற ஒன்றுடன் மட்டும்தான் நாம் எதையும் பொருத்தி சீர்தூக்கும் பழக்கம் வேண்டும். ஆனால் அறிவியல் என்பது முழுமைத்துவம் பெற்றது என உங்களால் கூறவே முடியாது. ஒரு வேலை கூறினால் இதன்பிறகு அறிவியலில் வளர்ச்சி/கண்டுபிடிப்பு என எந்த முன்னேற்றமும் இல்லை என்பது அதன் பொருளாகிவிடும். ஆக அறிவியல்பூர்வமாக நிரூபணம் பெறாத ஒரு செயல் (அ) நிகழ்வு தவறானது என எப்படி உங்களால் கூற முடியும்.

உதாரணமாக : அணு கொள்கை (A to m)

அறிவியலின் உச்சபட்ச (ம) அடிப்படை இரண்டும் "அணு' 'A to m" எனும் அமைப்பை அடிப்படையாகக் கொண்டது.

ஜான் டால்டர், ரூதர்போர்ட் போன்ற அறிஞர்கள் காலகட்டத்தில் அணு என்பதே அடிப்படை துகள். அறிவியலின்படி அதற்கு முன் அது விட்டமானது, உருண்டையானது, முட்டையானது என பல வருட ஆய்வுகள் "அணு மாதிரி" "Atom Model" எனும் பெயரில் ஆய்வுகள் செய்து அணு உருண்டை போன்ற வடிவம் என ஒரு முடிவுக்கு வந்தனர். பின் அணுவை உடைக்க முடியும் - முடியாது என ஒரு அமைப்பு போய் பல ஆண்டுகள் பின்னர் அணுவை உடைக்க முடியும் அதனுள் ஒரு துகள் உண்டு எனவும், சில ஆண்டுகள் கழித்து இல்லை அதற்குள் இன்னும் இரண்டு துகள்கள் உண்டு என கண்டுபிடிக்கப்பட்டது.

அணு (Atomos) எனும் உடைக்கமுடிந்தது என பொருள் கொண்ட ஒரு துகளை உடைக்க முடியும். அதற்குள் புரோட்டான், நியூட்ரான் எலக்ட்ரான் இது இல்லாமல் தற்காலத்தில் இன்னும் சில அடிப்படைத் துகள்கள் உண்டு என கண்டறியப்பட்டுள்ளது.

உடைக்க முடியாது : அடிப்படைத் துகள்கள் இந்த கண்டுபிடிப்பு களுக்கு இடையில் உள்ள காலம் ஒருநாள்/இரண்டு நாள் அல்ல சில நூற்றாண்டுகள். ஆக அறிவியலின் ஒரு கருத்து இன்னொன்றை உடைத்து பொய் ஆக்கும்போது அதுவே முழுமைத்துவம் பெறாதபோது இதற்கு இடைப்பட்ட காலகட்டங்களில் முன்வைக்கப்பட்ட அறிவியல் இல்லாத கருத்துக்களை அக்காலத்து அறிவியலின் நிலைப்பாட்டுடன் ஒப்பிட்டு இது தவறு என கூறுவது எந்த நிலையில் சரி என்பதை அன்பார்ந்த ஆன்மிகம், ஜோதிடம் இவற்றை ஏற்காத நண்பர்கள் உணர வேண்டும்.

ஜோதிடமும் - அறிவியலும் ஒற்றுமைகள் / வேற்றுமைகள் :

சில உதாரணம் : 1. பல நவீன கருவிகள் கொண்டு சூரிய குடும்பத்தில் இத்தனை கோள்கள் உண்டு இந்த வரிசையில் உண்டு இவ்வளவு தொலைவில் உண்டு, சூரியனை இன்ன வேகத்தில் சுற்றி வரும் என அறிவியல் கண்டுபிடித்து சில காலமே ஆகின்றது. ஆனால் ஜோதிடம் எந்த கருவிகளும் கண்டுபிடிக்காத காலத்திலே கருவிகளால் கண்டுபிடிக்கக்

கூடிய கிரகங்களின் எண்ணிக்கை, சுற்றிவரும் வகை, சூரியனிடம் இருந்து அமைந்துள்ள வரிசை, தொலைவு இவற்றை உணர்ந்து குறிப்பை தந்துள்ளன.

செவ்வாய், வியாழன், சனி - தொலைவில் உள்ள கிரகங்கள் (அறிவியல்)

செவ்வாய், குரு, சனி - வெளிவட்ட கிரகங்கள் (ஜோதிடம்)

சனி மிகவும் நிதானமாக சுழலும், கருமை நிறமுடையது (அறிவியல்)

சனி மந்தாரகன் ஒரு ராசியைக் கடக்க ஏறத்தாழ இரண்டரை ஆண்டு, கருப்பு/கருநீல நிறம் கொண்ட காரக கிரகம் (ஜோதிடம்)

அளவில் வியாழனும், சனியும் பெரிய கிரகங்கள் (அறிவியல்)

அளவில் மிகப் பெரிய கிரகம் குரு, சனி (ஜோதிடம்)

நிலவு - வெண்மை, சூரியன்/செவ்வாய் - சிவப்பு, குரு - மஞ்சள், சனி - கருப்பு, சுக்கிரன் - வெண்மை, புதன் - பச்சை

- என பல நிறத்தன்மை உடையது (அறிவியல்)

இதைத்தான் அறிவியல் இவற்றை காணும் முன்னே ஜோதிடம் அதை கிரகங்களாக அதன் காரக நிறமாக குறிப்பிட்டுள்ளது.

2. யுரேனஸ், நெப்டியூன், புளூட்டோ, இவை கிரகம் ஆனால் ஜோதிடத்தில் இவை பயன்படுத்த இல்லையே. கிரகமே இல்லாத துணைக்கோள் சந்திரன் கிரகமாக கருதப்படுகிறதே (அறிவியல்).

இம்மூன்று கிரகங்களும் சூரிய ஒளியை பிரதிபலிக்க இயலாத தூரம் மற்றும் நிலையில் உள்ளதால் அவற்றின் தாக்கம் பூமியின் உயிர்களிடம் பெரிதாக இல்லை. அதே நேரம் சந்திரன் மூலம் அதன் ஒளி பிரதிபலிப்பாலும், நெருங்கி இருப்பதாலும் புவிவாழ் உயிர்களில் தாக்கம் ஏற்படுத்துகிறது (ஜோதிடம்).

அறிவியல்படி புவி புதன் சுற்றுப்பாதையில் சூரியனை நெருங்கும் ஏப்ரல் - மே மாதத்தில் சூரிய வெப்பம் அதிகரிக்கும். சுற்றுப்பாதையில் தொலைவில் இருக்கும் செப்டம்பர்-அக்டோபர் மாதம் வெயில் தாக்கம் புவியில் குறையும். (அறிவியல்)

சித்திரை மாதம் மேசத்தில் சூரியன் உச்சம், ஐப்பசி மாதத்தில் சூரியன் நீசம். (ஜோதிடம்)

வெள்ளி கிரகம் சூரியனின் ஒளியை நன்றாக பிரதிபலிக்கும். கிழக்கு வானில் விடியற்காலையில் நன்றாக தெரியும். குறிப்பிட்டு சுக்கிரன் ஜாதகத்தில் உச்சம் பெறும் நிலையில், கோட்சார சந்திரன் அதே மீன ராசிக்குள் சுக்கிர பாகைக்கு நெருக்கமாக செல்ல வானில் பார்த்தால் அந்த நேரத்தில் சுக்கிரனும், சந்திரனும் நெருக்கமாகத் தெரிவார்கள்.

வான்வெளியில் சூரிய, சந்திர கிரகணங்கள் நடைபெறும் சரியான நேரம் பஞ்சாங்கங்களில் முன்கூட்டியே கணிக்கப்படுகிறது. அக்காலத்தி லும் கணிக்கப்பட்டது.

சில நட்சத்திரக் கூட்டங்கள் இக்காலத்தில் வானியல் கருவி மூலம் படம்பிடித்துப் பார்க்கையில் ஜோதிடத்தில் அன்றே கூறப்பட்ட நட்சத்திர வடிவங்களில் உண்டு.

அந்தந்த நகரங்களுக்கு என குறிப்பிடப்படும் சூரிய உதயம் மற்றும் அஸ்தமன நேரங்களின்படியே இரவு-பகல் மாற்றம் நிகழ்கிறது.

சூரியன் நட்சத்திரம் கிரகம் அல்ல என்றாலும் பூமியை மையப்படுத்தி நாம் பார்ப்பதால் சூரியனின் தாக்கம் உயிர்களிடம் உண்டு என்பதால் அதை கிரகமாக பாவிக்கிறோம். சந்திரன் துணைகோள் என்பதாலும் அதை விடவில்லை. அதன் தாக்கமும் பூமியில் பெரிய அளவு உண்டு ஆக ஜோதிடம் கிரகமாக பாவிக்கிறது.

சுழலும் பூமிக்கு எப்படி திசைகளை குறிப்பீர்கள் (அறிவியல்)

பூமி சுழல்வது உண்மைதான் சுழலும் பொருளுக்கு திசைகள் கிடையாது. ஆனால் பூமியின் ஈர்ப்பு சக்தியால் பூமியோடு சேர்ந்து நாமும் சுழன்றால் சுழல்வதை உணர்ந்தால் திசைகள் இல்லைதான். ஆனால் நாம் சுழலவில்லையே நமக்கு வலதுபுறம் இருக்கும் ஊர், நாளையும் வலதுபுறமாகத்தானே இருக்கிறது. ஆக திசைகள் உண்டு.

ஜோதிடம் மற்றும் ஆன்மிகத்தில் புராணங்கள், கதைகள் கூறப்படு கிறதே அப்படி புராணம் என்ற நடக்காத ஒன்றை எப்படி ஏற்பது (அறிவியல்).

நீங்கள் நன்றாக புரிந்து கொள்ள வேண்டிய விஷயம் ஒன்று உங்களுக்கு புரியும்படி, இன்று ஒரு தகவலை பரப்ப உள்ளதை நாம்

செல்போன், புத்தகம், ஊடகம் இவற்றின் மூலம் பதிவுகள் என உருமாற்றம் செய்து அடுத்த தலைமுறைக்கு கடத்துகிறோம். அக்காலத்தில் அந்த மாதிரியான வசதிகள் இல்லை அப்படியே பேச்சு வழக்கில் சொல்லிச் சென்றார்கள் என்றால் ஒரு தலைமுறையைக் கூட தாண்டி நிற்க வாய்ப்பு இல்லை. ஆக அது அழியாமல் பல தலைமுறை மனிதர்களுக்கும் ஆன்மீக வழிகாட்டல், நன்னெறிகள், நல்லவைகள் பயன்பட வேண்டும் அழியாமல் நிற்க வேண்டும் எனும் நோக்கில் கதைகள், புராணங்களாக செவி வழியாகவும். அதை ஆலயம், விழா, பண்டிகை என ஒரு ஊடகம் மூலம் மக்களுக்கு அதை பழக்கவழக்கமாக மாற்றி அழியாமல் காத்தனர். கதைகள் என்று பாராமல் அதன் உள் உள்ள கருத்தை எடுத்துக் கொள்ளல் வேண்டும்.

ஒரு இடத்தில் உற்பத்தி செய்யப்படும் ரொட்டித் துண்டு கடைவீதிக்கு விற்பனைக்கு வந்து மக்கள் பயன்பாட்டுக்கு பாதுகாப்பாக கொண்டு செல்ல அதற்கு ஒரு உரையிட்டு வருகிறது.

ஆனால் நாம் உண்ணப்போவது ரொட்டித் துண்டை என்பதை மறவாதீர்கள். உரையை அல்ல... ஆனால் நாம் உள்ளிருக்கும் ரொட்டித் துண்டை சுவைப்பதை விடுத்து உறைமேல் உள்ள விளம்பரம், பெயர், நிறம், இவற்றை விவாதமாக்கி அதைச் சுற்றியே சண்டையிட்டு உள்ளே இருக்கும் ரொட்டியின் சுவையை அறியாமல் வாழ்நாளை இழந்துவிட்டு குறை கூறுகிறோம். தற்போது புரிகிறது என்று நினைக்கிறேன்.

ஆக அது எப்படி இது எப்படி என்று ஜோதிடத்திற்கு வெளியே நின்று குறை கூறாமல் ஜோதிடத்தைப் படித்து அனுபவப்படுத்தி பின் குறை சொன்னால் நலம். ஏனெனில் இன்று சில தலைசிறந்த ஜோதிடர்கள் ஜோதிடம் இல்லை என்று நிரூபிக்க உள்ளே வந்தவர்கள்தான் என்பதை உணருங்கள்.

கேள்விக்கென்ன பதில்

அன்பு உறவுகளே இந்த புத்தகப் பயணத்தில் ஜோதிடத் தகவல்களும், அறிவியல்பூர்வமான உண்மைகளும் பற்றி பார்த்தோம். தற்போது நிறைவாக ஜோதிடம் மேல் உள்ள சில சந்தேகங்களை 12 கேள்விகளாக மற்றும் அதற்கான பதில்களாக பார்க்கலாம்.

கேள்வி : ஜாதகப்படிதான் எல்லாம் நடக்குமா, ஜாதகம் எப்படி அமையும்? எப்போது பார்க்கணும், பார்க்கக் கூடாது?

பதில் : ஆன்மா என்பது உடல் கொண்ட நம்மில் தென்படாது என்றாலும் அது இருப்பது உண்மை. அதுபோல், ஜாதகம் என்பது கண்ணுக்குத் தெரியாத முன் பிறவி கர்மாவால் அமைகிறது. நிச்சயம் அதுவே மனிதனை வழிநடத்தும்.

வாழ்வின் முக்கிய நிகழ்வுகள் ஏதாவது செய்யும் போது பார்ப்பது (வழிகாட்டியாக) நலம். அதே நேரத்தில் அதிக நேரம் (அ) அடிக்கடி ஜாதகம் பார்த்தால் ஜோதிடர்கள் கெடுபலனை மீண்டும் மீண்டும் செல்ல அது வீரியம் பெறும் ஆக அந்த தவறை செய்யாமல் இறையை நாடுவது சிறப்பு.

கேள்வி : பெயர், எண், மோதிரம், யந்திரம், வாஸ்து இவற்றை மாற்றி முழுக்க ஜாதகத் தீமையை மாற்ற முடியுமா?

பதில் : இவற்றுக்கு என ஒரு குறிப்பிட்ட அளவு ஜாதகரின் சிந்தனையைத் தூண்டும் பலம் உண்டு. அது ஒரு 2-3% மட்டும்தான். ஓரளவு ஆறுதல் பெறமுடியும். ஆனால் ஜாதக அமைப்பை மாற்றி வாழ்வை 100% மாற்றுவது என்பது முட்டாள்தனம். அது நடக்காத ஒன்று.

கேள்வி : சிசேரியன் மூலம் நல்ல நேரம் பார்த்து குழந்தை பிறக்க செய்வதன் மூலம் விதியை மாற்றி அமைக்க முடியுமா?

பதில் : ஒருபோதும் இல்லை. ஜோதிடர் என்பவர் பிரம்மா இல்லை என்பதை உணர வேண்டும். இதை செய்யும் பல ஜோதிடர்கள் தாங்கள் குறித்து கொடுத்த காரணத்தால்தான் அந்த நேரத்தில் குழந்தை பிறந்தது என நினைக்கின்றனர். அது மிகவும் சிரிப்புக்குரிய அமைப்பு என்றுதான் கூறுவேன். விதி நிர்ணயிக்கும் நேரத்தில்தான் அந்த ஜீவன் இந்த மண்ணைத் தொடும். இல்லையென்றால் ஜோதிடர் குறித்த நேரத்தில் ஏதாவது மருத்துவ அவசரம்/தொந்தரவு ஏற்பட்டு முன்போ- பின்போ குறித்த நேரத்தைவிட்டு மாறி பிறக்கும். ஆக நம்மால் அதை நிர்ணயம் செய்ய முடியாது.

கேள்வி : சாதகமற்ற தசை காலங்களில் எப்படி நடக்கணும்? என்ன பரிகாரம் செய்யணும்?

பதில் : எந்த அமைப்பில் பிரச்சனை உண்டோ அதுசார்ந்த பற்று/மன ஆசை இதை குறைப்பதும் இறைவனை இறுகப் பற்றிக்கொள்வது செய்ய வேண்டும்.

கேள்வி : ஒரு அமைப்புக்கு தேவையான தகுதி, திறன், அறிவு மற்றும் முயற்சி இருந்தும் கிடைக்காதது ஏன்?

பதில் : உதாரணமாக பல ஆளுமைத் திறன் கொண்ட நபர்கள், அனைத்து அறிவும் கொண்ட நபர்கள் சிலர் அதைவிட குறைவான விஷய ஞானம் கொண்ட உயர் அதிகாரிகளுக்குக் கீழ் வேலை செய்வார்கள். காரணம் அறிவைத் தரும் பாவம், கிரகம் வலுத்தும் அதிகாரப் பதவியை குறிக்கும் அமைப்பு இல்லாத காரணத்தால் தோல்வியையே அடை கின்றனர்.

ஆம்... எத்தனையோ சச்சின்கள் தெருவில் கிரிக்கெட் ஆடுவதைப் பார்த்து இருப்பீர்கள். எத்தனையோ ரஜினிகாந்த் திரைக்கு வெளியே வாய்ப்பு தேடிக்கொண்டு இருப்பதை பார்த்திருப்பீர்கள்...காரணம் ஜாதக அமைப்பு இல்லாததால்.

கேள்வி : ஜாதகத்தில் யோகங்கள் பல இருந்தும், வாழ்வில் முன்னேற்றம் இல்லாத நிலை ஏன்?

ஆம். உண்மைதான். நானும் பார்ப்பதுண்டு. உறவுகளே மூன்று கிரகம் உச்சமும், 2 கிரகம் ஆட்சியும் முக்கிய பலமான நான்கு யோகங்களும் அமைந்த ஒரு நபர் வயது 56 ஆகியும் டீக்கடையில் வேலை செய்வதைப் பார்த்தேன். யோகம் எல்லாம் சிறப்பாக இருந்தாலும் லக்னாதிபதி பலம் இழப்பதும், யோகத்தில் அமைந்த கிரகத்தின் தசை நடக்காததுமே இதற்கு மிக முக்கியக் காரணம். ஆம்.. நான் நன்றாக படித்திருக்கிறேன் என்றால் போதாது. 3 மணி நேர தேர்வில் நன்றாக எழுதணும். அதுபோல் தசை வர வேண்டும். யோகம் இருந்தால் போதாது.

கேள்வி : நன்மைகள் மற்றும் புண்ணியம் மட்டுமே அதிகம் செய்தாலும் தீமைகள் நடப்பது வழக்கமாக உள்ளதே ஏன்?

பதில் : நம் நற்காரியங்கள் அனைத்தும் நமக்கு புண்ணியமாக சேரும். ஆனால் தீர்க்காது/தடுக்காது. பூர்வ புண்ணிய அடிப்படையிலான கர்மாவை அனுபவித்தே ஆகவேண்டும். இப்புண்ணியம் அடுத்த பிறப்பில் தங்கள் நற்பிறப்பிற்கு வித்திடும்.

கேள்வி : ஒரே நாள், ஒரே நேரம், மற்றும் ஒரே ஊரில் பிறக்கும் இரண்டு குழந்தைகளின் வாழ்வியல் வேறாக உள்ளதே காரணம் என்ன?

பதில் : ஆம். ஜாதகத்தின் பாவ-புண்ணியம் அடிப்படையில் கிரக நிலைகள் ஏற்படும் ஜாதகம் ஒரே மாதிரியாக இருந்தாலும் அவர்களின் புண்ணிய ஏற்ற இறக்கத்திற்கு ஏற்ப சில குடும்ப சூழல்களில் பிறப்பு எடுக்கின்றன. ஆக குடும்ப சூழலின் அடிப்படையில் ஜாதகத்தின் வாழ்வியல் ஏற்ற - இறக்கமாக அமையும்.

உதாரணம் : ஒரு லட்சம் ரூபாய் பணத்தை கடவுள் இரண்டு நபர்களுக்கு தொழில் உதவிக்காக கொடுக்கிறார் என வைத்துக் கொள்வோம். இருவரும் சம திறன், அறிவு, தொழில் நுணுக்கம் பெற்றவர்கள். அதில் ஒருவர் சராசரி வாழ்வில் உள்ளவர் அவர் இந்த பணத்தை பயன்படுத்தி தொழில் செய்து உயர்நிலை அடைகிறார். கோடீஸ்வரன் ஆகிறார்.

மற்றொருவரும் அதே சாதாரண நிலை ஆனால் கழுத்தை நெறிக்கும் கடனில் உள்ளார். கடவுள் தந்ததில் 90 ஆயிரம் கடனுக்கே போக மீதம் உள்ள 10 ஆயிரம் ரூபாய் கொண்டு சிறிய கடை வைத்து பிழைப்பை நடத்துகிறார். இப்படிதான் அமையும். இருவரும் ஒரே ஜோதிடரிடம் ஒரே நாளில் ஜாதகம் பார்க்க வந்தாலும் அவர்கள் ஜாதகம் ஒன்றாக இருந்தாலும் வந்த நேர பிரசன்னம் வேறு வேறு அமைப்பைத்தான் காட்டும்.

கேள்வி : பஞ்சம், பேரிடர் காலங்களில் ஒட்டுமொத்த உலகும் தீமையை சந்திக்கும் போது அனைவரும் பாதிக்கப்பட்ட நிலையில் யோக ஜாதகர்கள் கூட ஏன் கஷ்டப்படுகின்றனர்?

பதில் : மேலிருந்த கேள்விக்கு ஒரு தனிமனித ஜாதகம் குடும்பத்திற்கும் உட்பட்டது. குடும்ப கர்மாவை சுமந்து நிற்கும் அதுபோல் "உலகியல் ஜோதிடப்ப" தனிமனித ஜாதகம் சமூகத்தின் ஜாதகத்திற்கு உட்பட்டது. எப்படி உடலின் ஒரு பகுதியில் அடிபட்டால் உடல் முழுவதும் காய்ச்சல் ஏற்படுமோ அதுபோல் பேரிடர் காலத்தில் அனைவர் ஜாதகமும் சமூக ஜாதகத்திற்கு கட்டுப்படுத்தப்படும்.

கேள்வி : வாக்கியம் - திருக்கணிதம் என இரண்டில் கிரக நிலை, தசை காலம் மாறும். எதில் கணிப்பது சரியானது?

பதில் : இரண்டும் சரிதான். இதில் வாக்கியம் காட்டிலும் திருக்கணிதம்

சற்றே துல்லியமானது. வாக்கியம்-திருக்கணிதம் இரண்டில் ஒன்று சரி என்றால் மற்றொன்று தவறு என்ப பொருளாகும்.

ஆனால் இதில் ஒரு வியப்பு என்னவெனில் இரண்டின் வழியிலும் சரியான பலன் கூறும் ஜோதிடர்களை நாம் பார்க்க முடிகிறது. இதிலிருந்து நீங்கள் புரிந்து கொள்ள வேண்டிய ஒரு விசயம் எண்கள், கணிதங்கள் இவற்றுக்குள் ஜோதிடம் இல்லை. இது ஏன் ஒரே பஞ்சாங்கத்தை பயன்படுத்தி ஒரே குருவிடம் பயின்ற ஜோதிடர்களும் ஒரே பலனை கூறுவதும் இல்லை. நாம் விவாத மேடைகளில் கேள்விக்கணைகளை எதிர் கொள்ள முடியாத நிலையில் அறிவியலோ ஒப்பிட்டு அதனிடம் ஜோதிடத்தை சமர்ப்பித்து தப்பித்துக் கொள்கிறோம். ஆனால், அறிவியல், கணிதம், கணக்கீடு, விதிகள் இவற்றைத் தாண்டி உள்ளுணர்வு, பிரபஞ்சம் எனும் இறையாற்றலின் வழிகாட்டுதல் இருந்தால் எந்த பஞ்சாங்கத்தில் கணித்தாலும் பலன் சரியாகவே வரும்.

கேள்வி : யாருக்கு ஜாதகம் வேலை செய்யாது?

பதில் : மனதை கடந்த மகான்கள், சித்தர்கள், யோகிகள் மற்றும் மனநிலை வளர்ச்சி அற்றவர்கள், ஆசைகளை துறந்த ஞானிகள் இவர் களுக்கு ஜாதகம் வேலை செய்யாது.

கேள்வி : ஜாதகம் - கர்மா இவற்றை வெல்ல முடியுமா? முடியும் எனில் உபாயம் என்ன?/ விதியை வெல்வது சாத்தியமா?

பதில் : ஆம் சாத்தியமே. ஆனால் அதுவும் அந்த விதிக்கு உட்பட்டுதான் அமையும். புரியவில்லையா? "விதியை மதி கொண்டு வெல்ல முடியும்" என்பார்கள். அனைவரும் கேள்விப்பட்டது உண்டு. ஆனால் அது மிகவும் புரிதல் இல்லாத வாசகம் என்பதே உண்மை. இது கேட்க ஏதோ குழப்பு வது போல் இருந்தாலும் உங்கள் முகம் மாறும்படி அடித்து கூறினால் "விதியை மதி கொண்டு ஒரு போதும் வெல்லவே முடியாது". ஆம் உறவுகளே... இந்த புவியில் வாழும் காலங்களில் மதியின் துணைகொண்டு நாம் விதியில் நல்ல-கெட்ட தாக்கத்திலிருந்து தற்காலிகமாக தற்காத்து பலனின் வீரியத்தை குறைக்கலாம். ஆனால் கர்மாவை ஒருபோதும் அனுபவிக்காமல் கடக்கவே முடியாது. பரிகாரம் நேர்மறை சிந்தனை என மதியின் துணைகொண்டு இப்போது தப்பித்தாலும் வாழ்வின் சுழற்சியில் அந்த கர்மாவை அனுபவித்தே ஆகவேண்டும். எனில்,

விதியை வெல்வது சாத்தியம் என்றீர்களே என்றால் இப்போது கூறுகிறேன். ஆம் விதியை நிச்சயம் வெல்லமுடியும். எப்படி என்றால்,

"விதியை, மதிகெட்ட/மதிகடந்த விதியின் துணையால் வெல்லலாம்"
- யோகி ஜெயபிரகாஷ்

விளக்கம் :

விதி - லக்னம்(அ) உயிர் (அ) ஆன்மநிலை

மதி - சந்திரன் (அ) மனம்(அ) எண்ணம்

விதி - கர்மா (அ) கர்மப்பலன்

"கர்ம பலன் என்னும் விதியை எண்ணங்களின் குவியல் என்னும் மனதை இழந்து (அ) கடந்து ஆன்ம ரூபம் மூலம் வெல்லலாம்". இதை நீங்கள் புரிந்து கொள்ள வேண்டுமாயின் விதி, மதி, விதி - ன் தன்மை களை புரிந்து கொள்ள வேண்டும்.

விதி - முன்வினை கர்ம பலனால் உருவாகும் பலன்கள். இதை உடலும் மனமும் அனுபவிக்கின்றன.

மதி - எண்ணங்கள் மூலம் செயல்களை உற்பத்தி செய்து அதன் மூலம் அனுபவங்களை கர்மாக்களை கூட்டும் (அ) குறைக்கும் தளம்.

விதி - மேற்சொன்ன இரண்டும் ஒடுங்கி அழியும் ஆன்ம சொரூப இறைநிலை.

முதலில் ஜாதகம் எப்படி செயல்பட்டு நம்மை இயக்குகின்றது என அறிவது அவசியம்.

நம் கர்ம பலனுக்கு ஏற்ப ஒரு குறிப்பிட்ட கிரகஅமைப்புகள், ஒரு குறிப்பிட்ட கர்மா தாங்கிய குலத்தில் (குடும்ப சூழலில்) குறிப்பிட்ட தாய்-தந்தைக்கு நம்மை பிறக்க செய்து தனது காரணிகளாக விளங்கும் லக்னம்+நவகிரகங்களை கொண்டு ஆளுமை செய்து கர்மாவுக்கு ஏற்ப நன்மை-தீமையான பலன்களை தன் ஆயுள்காலத்தில் அனுபவிக்க பணிக்கிறது.

லக்னம் (உயிர்) + சந்திரன் (மனம்+உடல்) = ஜாதக கிரக தாக்கங்கள்.

ஜாதகத்தில் உள்ள பலன்களை மனிதன் அனுபவிக்கும் அவனைக் கட்டுப்படுத்த கிரகங்களுக்கு தேவையான பிடிமானம்தான் உடலும் மனமும். மனித உடல் பஞ்சபூதங்களின் விளைவால் அமைகிறது. அது

உருவத்தை ஏற்படுத்திவிடும். (செயல்படும் வாகனம் உடல்)

அதை (வாகனத்தை) இயக்க எரிபொருள் தேவை. அந்த எரிபொருள் தான் மனம். இப்போது வாகனமும் (உடல்) வாகனம் இயங்க எரி பொருளும் (மனம்) தயார் நிலையில் உள்ளது. இயக்க (எப்படி இயங்க வேண்டும் என) ஓட்டுநர் தேவை அவரிடம் தான் கட்டுப்பாடு உண்டு. அந்த ஓட்டுநர் தான் மனம் உள் தோன்றும் எண்ணங்கள்.

இப்போது உங்களுக்கு ஒன்று புரிந்திருக்கும். கிரகங்கள் உடலையும் மனதையும் எண்ணம் என்னும் கடிவாளம் மூலமே இயக்கி செயல்பட வைத்து கர்ம பலன்களை தருகின்றன.

கிரகம் + எண்ணம் = (உடல், மனம் கொண்ட மனிதன்)

ஆக உடலின் செயல்களுக்கு மனமும் மனதின் இயக்கத்திற்கு எண்ணங்களும் ஆதாரமாக உள்ளது. எவ்வாறு உடலின் எந்த பாகத்தில் வலி ஏற்பட்டாலும் கண் நீர் விடுகிறதோ, அதுபோல் உடல், மனம் இவற்றின் இணைவோடு ஆன்மா பின்னிய நிலையில் உள்ளதால் இவற்றால் ஏற்படும் சுக-துக்க அனுபவங்களை அது தனதாக ஏற்கிறது. ஆனால் நாம் உடலோ (அ) மனமோ இல்லை தான் என்பது ஆன்மா வாகும். அது தன் அனுபவங்களின் பலனால் சிறிது காலம் உடலெனும் ஆடை அணிந்து மனம் எனும் எண்ணக்குவியல் மூலம் வாழ்வியல் அனுபவங்களை ஏற்கிறது/செய்கிறது. அதன் மூலம் கர்மாவை கழிக்கிறது (அ) கூட்டுகிறது.

இவற்றின் மூலம் உறவுகளே தங்களுக்கு ஒன்று தெளிவாய் புரியும் என நம்புகிறேன். கர்மா உருவாக காரணம் உடலோ அல்லது உடலால் செய்யப்படும் செயலோ அல்ல. செயலோடு மனம் கொள்ளும் நிலை தான். மனமானது செய்யப்படும் செயலோடு என்ன விதமான எண்ணம் கொண்டு பந்தப்படுகிறதோ அதுமாதிரியான கர்மாவை ஏற்படுத்தும்.

உதாரணம், ஒரு மருத்துவம் வலியால், தீராத நோயால் அவதியுறு பவனின் வேண்டுதல் ஏற்று அவனை கருணை கொலை செய்வதற்கும், ஒரு ரவுடி ஒருவரை வன்மத்தின் காரணமாக ஓடி ஓடி வெட்டி துன்பப் படுத்தி கொல்வதற்கும் வேறுபாடு உண்டு.

முதல் கொலையில் வெளியான பந்தம் கருணை. இரண்டாவதில் உண்டாகும் பந்தம் வன்மம். முதல் நிலை நல்ல கர்மாவையும் இரண்டாம் நிலை தீய கர்மாவையும் தரும். ஆனால் இருவரும் செய்தது ஒரே

செயலைத்தான். ஆக செயல் மகத்துவம் அற்றது. செயலோடு மனம் கொள்ளும் பந்தமே மகத்துவமானது.

ஆக நாம் நமது பிறப்பு கர்மாவை வெல்ல முடியாது. ஆனால் வீரியம் குறைக்கலாம். ஆனால் அன்பு உறவுகளே மேற்சொன்ன உதாரணத்தை உணர்ந்தால் மீண்டும் தீய கர்மா ஏற்படாமல் நல்ல மன எண்ணங்களை உருவாக்கி நற்கர்மாவை அதிகப்படுத்தி அடுத்தடுத்த பிறப்புகளில் நன்நிலை பெறலாம். நம் ஆன்மா நல்ல தேகம், நல்ல ஜாதகம், நல்ல குடும்ப சூழலில் பிறப்பெடுக்கும். ஆக செயலுடன் தங்களின் பந்தமானது நல்ல உணர்வு (மகிழ்ச்சி, கருணை, அன்பு, உவகை, பெருமிதம், நன்றி யுணர்வு) ஏற்படும் விதமாக அமைந்தால் நல்ல கர்மாவை உருவாக்கி எதிர்வரும் பிறப்பில் நன்நிலை பெறுகிறது.

இப்போது வரை நாம் பார்த்தது மன எண்ணத்தை சீர்படுத்தி கர்மாவை முறைப்படுத்துவது. அதாவது அடுத்த பிறவிக்கு விதியை சரி செய்வது. ஆனால் இது அனைவராலும் முடியாது. லக்கினம், லக்கினாதிபதி வலுபெற்ற நபர்களே எண்ணங்களை ஆளுமை செய்ய முடியும். ஜாதகத்தில் சந்திரனும் கெடக் கூடாது. இவ்வாறுதான் விதியை சீர்படுத்த முடியும். ஆனால் இது நம் இலக்கு அல்ல. விதியை வெல்வதே இலக்கு என்பதால் நமக்கு இதற்கு அடுத்த கட்ட ஒரு புரிதல் வேண்டும். அது என்ன, இதுவே மிக முக்கிய பிரம்ம விதி.

தீய கர்மாவோடு பிறந்து நன்மை தீமைகளை அனுபவித்தாலும் லக்கினாதிபதி வலுபெற்று முயற்சித்து செயலோட ஏற்படும் எண்ணம் மற்றும் உணர்வு சார்ந்த பந்தங்களை சீர்படுத்தி நற்குண பந்தங்களால் நல்ல கர்மாவை ஏற்படுத்தினோம். ஆனால் இதுவும் அடுத்த பிறப்புகளை கர்ம தொடர்பால் ஏற்படுத்தவே செய்கிறது. பிறப்பு நிலையை தவிர்க்க முடியவில்லை. விதியை வென்று பிறப்பு நிலையையே தவிர்க்கணும். அந்த நிலையில் எண்ணங்களால் பந்தமோ அதனால் கர்மாவோ, கர்மாவால் மீண்டும் ஜாதக அமைப்புடன் பிறப்போ ஏற்படாது. அதற்கு வழி:

"செயல்களோடு மனம், எண்ணம், உணர்வுகளால் பந்தமடையாமல் இருப்பது"

இது சாத்தியம் ஆக வேண்டுமெனில் நீங்கள் ஒரு உண்மையை உணரவேண்டும். அது என்ன அதுவே இறைநிலை (அ) ஆன்ம நிலை தத்துவம். அது :

நான் என்பது இந்த தேகமல்ல
நான் என்பது இந்த மனமல்ல
நான் என்பது இந்த எண்ணமல்ல
நான் என்பது இந்த உணர்வுகள் அல்ல
நான் என்பதே நானல்ல
எனது என்று இங்கு எதுவும் இல்லை
என்னால் உருவாக்கப்பட்டதோ (அ) என்னால்
காக்கப்படுவதோ இங்கு எதுவுமில்லை
நான் பந்தப்பட இங்கு எதுவுமில்லை
நான் என்பது ஒரு ஆன்மா
நான் என்பது இறைவனின் அங்கம்

இங்கு சில அனுபவங்களை இந்த உடல், மனம் மூலம் அனுபவித்து கடக்க மட்டுமே வந்துள்ளேன். இங்கு எனக்கு இழக்கவோ/பெறவோ எதுவுமில்லை எனும் ஞான நிலையை அடைய வேண்டும். வாழ்வை கடமையாக மட்டுமே நடத்த வேண்டும்.

இந்த மன உணர்தலில் இருந்து நீங்கள் செய்யும் எந்த செயலும் கர்மா ஆகாமல் காரியமாகும். காரியம் எந்த செயல் பந்தத்தையும் ஏற்படுத்தாது. இந்த நிலையில் மன பந்தங்களும் எண்ணங்களில் ஆதிக்கம் செலுத்தும் உணர்வும் உங்களிடம் மறையும் (அழியும்). இதன் அழிவால் கிரகங்கள் உங்களைக் கட்டுப்படுத்த முடியாமல் விதி எனும் கர்ம பந்தத்தில் இருந்து நான் எனும் ஆன்மாவாகிய உங்களை விடுவிக்கும் மீண்டும் பிறவா இறைநிலையை நீங்கள் அடைவீர்கள்.

மீண்டும் வாசகம் :

“விதியை, மதிகெட்ட / மதிகடந்த விதியால் வென்று காட்டலாம்”

- யோகி ஜெயபிரகாஷ்

அன்பு உறவுகளே இந்த புத்தகத்தில் என்னுடன் பயணித்த உங்களுக்கு என்னால் முடிந்த அளவு பிரபஞ்சம் எனக்கிட்ட கொடையை புரியும்படி கூறியுள்ளேன்.

அனைத்து ஆன்மாக்களுக்கும் இந்த ஆன்மாவின் நன்றி!!

- யோகி ஜெயபிரகாஷ்